राजर्षी शाहू छत्रपती आणि सामाजिक न्याय

डॉ. जयसिंगराव पवार

मेहता पब्लिशिंग हाऊस

Please contact us at **Mehta Publishing House Pvt. Ltd.**
✆ +91 020-24476924 / 24460313 / Mob. No. 9545000513
Email : production@mehtapublishinghouse.com
Website : www.mehtapublishinghouse.com

- *या पुस्तकातील लेखकाची मते, घटना, वर्णने ही त्या लेखकाची असून त्याच्याशी प्रकाशक सहमत असतीलच असे नाही.*

RAJARSHI SHAHU CHHATRAPATI ANI SAMAJIK NYAY by
Dr. JAYSINGRAO PAWAR

राजर्षी शाहू छत्रपती आणि सामाजिक न्याय / संशोधनात्मक

author@mehtapublishinghouse.com

संस्थापक : सुनील अनिल मेहता

प्रकाशक : मेहता पब्लिशिंग हाऊस प्रा. लि.
१९४१, सदाशिव पेठ, माडीवाले कॉलनी, पुणे - ४११०३०

मुद्रक : ट्रिनिटी ॲकॅडमी फॉर कॉर्पोरेट ट्रेनिंग लिमिटेड

मुखपृष्ठ : चंद्रमोहन कुलकर्णी

प्रथमावृत्ती : सप्टेंबर, २०२२

किंमत : ₹ २००

P Book ISBN 9789394258914
E Book ISBN 9789394258921
E Books available on : amazonkindle Apple Books Google Play Books

* पायरेटेड पुस्तकांची खरेदी-विक्री हा कायद्याने गुन्हा आहे आणि अशा गुन्ह्याविरोधात कायदेशीर कारवाई होऊ शकते.

समाजवादी कार्यकर्ते व नेते
ॲड. श्रीपतराव दि. शिंदे (माजी आमदार)
आणि त्यांना समर्थ साथ देणाऱ्या
सौ. उर्मिलाताई श्री. शिंदे
यांना प्रेमपूर्वक

दोन शब्द

थोर समाजक्रांतिकारक राजा राजर्षी शाहू छत्रपती महाराज यांचे 'जीवन व कार्य' यावरचा हा दुसरा लेखसंग्रह शाहूप्रेमी वाचकांच्या हाती सुपूर्त करताना आम्हाला मनापासून आनंद होत आहे. प्रस्तुत लेखसंग्रहाचे नाव 'राजर्षी शाहू छत्रपती आणि सामाजिक न्याय' हे त्यातील पहिल्याच लेखावरून घेतले आहे. खरे तर राजर्षी शाहू छत्रपतींचे सर्व कार्यच समाजात ९७% असणाऱ्या लोकांच्या म्हणजे बहुजनांच्या उद्धाराचे होते आणि असा बहुजनांचा उद्धार म्हणजे समाजातील सामाजिक न्यायाची प्रतिष्ठापनाच होती. या क्षेत्रातील हिमालयातील गौरीशंकरासारखी तीन उत्तुंग शिखरे म्हणजे महात्मा फुले, राजर्षी शाहू व डॉ. आंबेडकर ही होत. पण त्यातही राजर्षींचे आगळेपण असे, की फुले-आंबेडकरांप्रमाणे ते काही सामाजिक न्यायापासून शेकडो वर्षे वंचित राहिलेल्या समाजातून आलेले नव्हते. ते एका राजघराण्यात वाढले होते. शिवछत्रपतींच्या गादीची प्रतिष्ठा त्यांच्या पाठीशी होती. दारिद्र्य, दैन्य, अज्ञान, बहिष्कृतता इत्यादी बाबींची झळही त्यांना लागली नव्हती. तरीही हा राजा दलित-पतितांचा कैवारी बनला, त्यांच्या मानवी हक्कांचा पुरस्कर्ता बनला. हा केवळ महाराष्ट्राचाच नव्हे तर भारताच्या इतिहासातील चमत्कार मानावा लागेल! राजा असूनही समाजाला दिशा देण्याचे कार्य त्यांनी केले म्हणून लोकांनी त्यांना 'राजर्षी' बिरुदावलीने गौरविले!

सामाजिक न्यायाच्या बुडाशी समतेचा आग्रह असतो; विश्वबंधुत्वाचा उद्‌घोष असतो; माणसा-माणसांमध्ये भेद व विषमता निर्माण करणाऱ्या रूढी-परंपरांचा निषेध असतो. नवसमाजनिर्मितीचा सर्जनशील पुरस्कार असतो, आणि म्हणूनच बाराव्या शतकात दक्षिणेत होऊन गेलेल्या थोर समाजक्रांतिकारक महात्मा बसवेश्वरांच्या चरित्राचे अवलोकन आम्ही केले.त्यावेळी आम्हास त्यांच्या व राजर्षींच्या जीवनकार्यात विलक्षण साम्य दिसून आले. दोहोंत सात-आठशे वर्षांचे अंतर असले, तरी सामाजिक न्यायासाठी त्या दोघांनी वरिष्ठ वर्णाशी केलेला संगर हा त्यांच्यातील समान दुवा होता. आम्ही आमच्या 'महात्मा बसवेश्वर आणि राजर्षी शाहू छत्रपती' या लेखात सुरुवातीसच म्हटले आहे: ''बसवेश्वरांपूर्वी महात्मा गौतम बुद्धाने असा संघर्ष केला होता. एका अर्थाने बसवेश्वर हे बुद्धाचे वारसदार होते तर शाहू छत्रपती हे बुद्ध आणि बसवेश्वर या दोघांचेही वारसदार होते!''

इथे सर्वच लेखांचा परामर्ष घेणे अपेक्षित नाही; पण संग्रहांतर्गत असणाऱ्या 'राजर्षी शाहू आणि सत्यशोधक चळवळ' या लेखाचा जरूर निर्देश करावा लागेल. शाहू छत्रपती हे 'आर्यसमाजी की सत्यशोधकी' हा विद्वानांमधील बहुचर्चित असा वादाचा प्रश्न आहे. या प्रश्नाची सविस्तर चर्चा आम्ही आमच्या 'शाहूचरित्र' या ग्रंथात केलीच आहे. या ठिकाणी एवढेच नमूद करू इच्छितो, की शाहू छत्रपतींनी असे कोणत्याच पंथास स्वत:हून फारसे बांधून घेतले नव्हते. ते स्वत: आर्यसमाजी म्हणवत असले तरी ते पोथीनिष्ठ नव्हते. आर्य समाजाला मूर्तिपूजा मान्य नव्हती; पण शाहू छत्रपती मात्र नित्यनेमाने पार्थिवपूजा करीत असत. त्यांनी अनेकदा सत्यशोधक समाजाशी आपला संबंध नाही, असे जाहीर करूनही लोक त्यांना सच्चे सत्यशोधक मानत होते.

खरे म्हणजे म. फुले यांच्यानंतर जवळजवळ थंड पडलेल्या 'सत्यशोधक चळवळी'चे राजर्षी शाहूंनीच पुनरुज्जीवन केले व तिचा सर्व महाराष्ट्रभर प्रसार करण्यास अंतस्थपणे हातभार लावला. बहुजनांवर सर्व प्रकारची गुलामगिरी लादणाऱ्या ब्राह्मणवर्गाच्या मिरासदारीला विरोध, माणसा-माणसांत भेद करणाऱ्या अस्पृश्यतेचे निर्मूलन, देव व भक्त यांच्यामधील पुरोहितांच्या दलालीचे उच्चाटन ही सत्यशोधक समाजाची तत्त्वे आणि राजर्षी शाहूंची आचरणाची तत्त्वे एकच होती. मग ते स्वत:ला सत्यशोधक

म्हणोत वा न म्हणोत; पण त्यांच्या अस्पृश्यतानिवारण कार्याने प्रभावित होऊन महात्मा गांधींनी त्यांच्याबद्दल जे गौरवाचे उद्‌गार काढले होते ते ध्यानात घेतले तर राजर्षी शाहू कोण होते, हे वेगळे सांगण्याची गरज नाही. पाचगणीस गांधीजींची भेट घेण्यास काही सत्यशोधक मंडळी गेली असता त्यांच्यासमोर ते उद्‌गारले : "सत्यशोधक समाजाच्या तत्त्वाप्रमाणे छत्रपती शाहू महाराजांनी अस्पृश्यता नष्ट केली. हा त्यांनी स्वराज्याचा खरा पायाच घातला आहे!"

या एकाच उद्‌गारात महात्माजींनी राजर्षींना महान सत्यशोधकच नव्हे तर स्वराज्याचा पाया घालणारे खरे स्वराज्योपासक,असा मोठा गौरव केलेला आहे; यात सर्व काही आले!

'राजर्षी शाहू छत्रपती आणि वर्तमानातील प्रस्तुतता' आणि 'शाहूचरित्रापासून काय शिकावे?' या दोन्ही लेखांचा विषय एकच आहे. शाहूचरित्रापासून आजच्या पिढीस शिकण्यासारखे बरेच काही आहे. पण त्यांनी 'धर्मा'विषयी आपल्या देशबांधवांना केलेला उपदेश आम्हास फार महत्त्वाचा वाटतो. ते आपल्या भाषणात एका ठिकाणी म्हणतात : "आम्ही सर्व हिंदी आहोत. बंधू आहोत. हिंदी प्रजाजन कोणत्याही वर्णाचे असोत, कोणत्याही धर्माचे असोत ते सर्व हिंदी आहेत. व्यक्तीच्या दृष्टीने धर्म ही बाब महत्त्वाची असेल, पण राष्ट्राच्या बाबतीत ती केव्हाही आड येता कामा नये. या पुरती धर्म ही बाब फारच कमी महत्त्वाची आहे!"

आज देशातच नव्हे तर सर्व जगात धर्माच्या नावाखाली अत्याचार व हिंसा चालू आहे. धार्मिक अतिरेक्यांनी तर सर्व जगावर दहशत निर्माण केली आहे. अशा परिस्थितीत धर्मास किती महत्त्व द्यावे, हे राजर्षी शाहूंनी उपरोक्त उद्‌गारांतून स्पष्ट केले आहे. धर्म मोठा की राष्ट्र मोठे, या प्रश्नाचे उत्तरही वरील उद्‌गारांत आहे. म्हणूनच आपण राजर्षी शाहूंना 'राष्ट्रपुरुष' म्हणून मानतो!

– जयसिंगराव पवार

अनुक्रमणिका

१

राजर्षी शाहू छत्रपती आणि सामाजिक न्याय

सामाजिक न्यायाचा आशय हा सतत बदलत आला आहे. तो स्थलकालसापेक्ष राहिलेला आहे. समाजसापेक्ष तसेच संस्कृतिसापेक्ष राहिला आहे. साम्राज्यवादी संस्कृतीत जेव्हा गुलामगिरी कायदेशीरपणे अस्तित्वात होती, त्या वेळी गुलामांची खरेदी-विक्री करणे, त्यांच्याकडून मरेपर्यंत राबणूक करून घेणे यात आपण काही सामाजिक अन्याय करतो आहोत, असे त्यांच्या मालकांना वाटतच नव्हते. फार कशाला, आपल्या देशात आपल्याच देशबांधवांना अस्पृश्य समजून त्यांना गावकुसाबाहेर ठेवणे, यात आपण काही चूक करतो आहोत, असे वाटत नव्हते; उलट अशी अस्पृश्यता पाळणे हा एक समाजधर्मच आहे, अशी आपली संकल्पना होती.

या पार्श्वभूमीवर पाश्चात्त्य देशांत आणि आपल्या देशातही सामाजिक न्यायाची संकल्पना रूढ करणे व तिच्या प्रत्यक्ष अंमलबजावणीसाठी धडपडणे, ही काही सोपी बाब नव्हती. सामाजिक न्यायाची संकल्पना ही एकूण मानवी स्वातंत्र्याशी, समतेशी आणि बंधुतेच्या तत्त्वांशी निगडित आहे; विशेषत: मानवी समता हा तिचा पाया व आत्मा आहे.

तेव्हा या समतेच्या तत्त्वाने एका व्यक्तीने दुसऱ्या व्यक्तीशी अथवा एका समाजाने दुसऱ्या समाजाशी त्याच्या सर्वांगीण विकासासाठी पूरक, असे आपले वर्तन ठेवणे म्हणजे सामाजिक न्याय, अशी सोपी व्याख्या करता येईल.

सामाजिक न्यायाचे महाराष्ट्रातील पुरस्कर्ते

महाराष्ट्रापुरते बोलायचे झाल्यास म. जोतीबा फुले हे सामाजिक न्यायाचे पहिले पुरस्कर्ते होते, अशी इतिहासाची साक्ष आहे. त्यानंतर राजर्षी शाहू छत्रपती, महर्षी शिंदे, डॉ. आंबेडकर अशी परंपरा आपणास सांगता येईल. ज्या समाजाने बहुजनांना सामाजिक न्याय नाकारला, त्यातही लोकहितवादी, न्या. रानडे, प्रि. आगरकर यांच्यासारखे सामाजिक न्यायाचे पुरस्कर्ते होऊन गेले हे खरे; पण त्यांच्या विचारांना व कृतींना उच्चवर्णीय ब्राह्मणी संस्कृतीच्या मर्यादा होत्या. त्यांच्यात व बहुजनांच्या नेत्यांत एक महत्त्वाचा फरक होता; तो म्हणजे बहुजनांच्या नेत्यांना मुळातच सामाजिक न्याय नाकारला गेला होता; ते विषमताग्रस्त समाजाचे बळी ठरले होते.

खरे तर म. फुले, राजर्षी शाहू व डॉ. आंबेडकर यांचे जीवनकार्य म्हणजे सामाजिक न्याय प्रस्थापित करण्यासाठी त्यांनी केलेला आमरण संघर्षच होता. या तीन महापुरुषांत राजर्षी शाहू छत्रपतींचे एक आगळेपण आहे, ते म्हणजे त्यांना समाजातील दुबळ्या घटकांच्या सामाजिक हक्कांसाठी संघर्ष करण्याचे तसे काहीच कारण नव्हते. ते एका राजघराण्यात वाढले होते. शिवछत्रपतींचे वंशज म्हणून त्यांना महाराष्ट्रात असामान्य प्रतिष्ठा होती. गजांतलक्ष्मी पायाशी लोळण घेत होती. उपासमारीने मरणाऱ्या, पशूहून हीन जीवन जगणाऱ्या दलित, पतितांच्या दुःखाचा त्यांना अनुभव नव्हता आणि तरीही ते दलित, पतितांच्या हक्कांचे पुरस्कर्ते झाले. हा महाराष्ट्राच्या इतिहासातील एक सामाजिक चमत्कार मानावा लागेल. पण या चमत्काराच्या बुडाशी भारतामधील शेकडो वर्षांच्या समाजवास्तवाचा त्यांना बसलेला विषारी डंख होता, हे समजून घेतले पाहिजे.

वेदोक्त प्रकरण : एक कलाटणीचा क्षण

वेदोक्त प्रकरणात शाहू महाराज हे प्रत्यक्ष क्षत्रियकुलावंतस शिवाजी महाराजांचे वंशज असूनही, त्यांचे क्षत्रियत्व नाकारले गेले. या युगी ब्राह्मण आणि शूद्र असे दोनच वर्ण अस्तित्वात असून, क्षत्रियांचा लोप होऊन ते शूद्रच बनले आहेत, असा कित्येक शतके ब्राह्मण पंडितांनी घोषित केलेल्या सिद्धांताचा दाखला त्यांना देण्यात आला आणि ते शूद्र असल्याने त्यांना वैदिक मंत्रांचा अधिकार नाकारण्यात आला. हे कोणी केले, तर एका सामान्य पुरोहिताने; आणि त्याचे हे म्हणणे महाराष्ट्रातील अखिल ब्रह्मवृंदाने, त्यांच्या शंकराचार्य, लो. टिळक यांच्यासारख्या नेत्यांनी उचलून धरले!

या प्रकरणात महाराज तडजोड करू शकले असते. वेदोक्त संगराच्या प्रारंभीच त्या पुरोहिताला शिक्षा देऊन त्याचा सोक्षमोक्ष ते लावू शकले असते. एवढेच कशाला, जेव्हा संघर्ष इरेला पडला, तेव्हा लो. टिळकांनी महाराजांपुरती त्यांच्या क्षत्रियत्वास संमती दिली होती. तेव्हाही ते हे प्रकरण थांबवू शकले असते; पण त्यांनी तडजोड स्वीकारली नाही. आपल्यावर झालेल्या वैयक्तिक अन्यायात त्यांनी समस्त शूद्रातिशूद्रांवर होणाऱ्या सामाजिक अन्यायाचे प्रतिबिंब पाहिले. छत्रपतिपदावरील माझ्यासारख्या राजाची ही कथा तर शूद्रातिशूद्रांच्या कपाळी किती अवहेलना येत असेल, या विचाराने हा राजा केवळ अस्वस्थच नव्हे तर बंडखोर बनला. आजच्या भाषेत तो 'विद्रोही' बनला. अशा प्रकारे वेदोक्त प्रकरण हे शाहू छत्रपतींच्या जीवनातील एक कलाटणीचा क्षण ठरले!

ब्राह्मण ब्युरॉक्रसीस खिंडार

सामाजिक न्याय इतरांना नाकारणारा समाज स्वत:ला हक्कदार समाज मानत असतो. अखिल समाजाच्या सर्व क्षेत्रांत आपलीच मक्तेदारी असली पाहिजे, असा त्याचा आग्रह असतो. महाराष्ट्रात ब्राहाण हा हक्कदार समाज होता आणि बाकीचा सर्व समाज हा बिगरहक्कदार होता. ब्राह्मणांची केवळ धर्माच्या क्षेत्रातच नव्हे तर प्रशासन, न्याय,

शिक्षण, अर्थ अशा सर्वच क्षेत्रांत मक्तेदारी होती. ब्राह्मणांच्या या मक्तेदारीस म. फुल्यांनी 'ब्राह्मणशाही' असे म्हटले आहे तर राजर्षी शाहू छत्रपतींनी 'ब्राह्मण ब्युरॉक्रसी' असे संबोधले आहे. या ब्राह्मणशाहीच्या सर्वंकष सामर्थ्याचे वर्णन करताना म. फुले आपल्या एका अखंडात म्हणतात -

''सत्ता तुझी राणीबाई । हिंदुस्थानी जागृत राही ।।
जिकडे तिकडे ब्राह्मणशाही । डोळे उघडून पाही ।।
खेडेगावी कुलकर्णी । आहे लेखणीचा धनी ।।
महालामध्ये महालकरी । जसा अष्ट अधिकारी ।।
यमवत मामलेदार । शुद्रा शिक्षा अनिवार ।।
धूर्त चिटणीसापुढे । काय कलेक्टर बापुडे ।।
रेविन्यूची दफ्तरदारी । ब्राह्मण किती अधिकारी ।।
चहूकडे भटभाई । कुणब्याची दाद नाही ।।
जोती म्हणे धाव घेई । दुष्टापासून सोडवी ।। १

ब्राह्मणशाहीच्या दुष्टाव्यापासून संरक्षण करण्यासाठी म. फुल्यांना इंग्लंडच्या राणीकडे साकडे घालावे लागले, तशी परिस्थिती शाहू छत्रपतींची नव्हती. त्यांनी स्वत:च तो निर्णय घ्यायचा होता. राज्यावर आल्या आल्या महाराजांना ब्राह्मण ब्युरॉक्रसीचे सर्वंकष दर्शन प्रशासन-यंत्रणेतच झाले.प्रशासनात त्यांचीच मक्तेदारी होती. ती किती असावी? प्रशासनात ८० टक्के अधिकारी ब्राह्मण होते! राहिलेले २० टक्के ब्राह्मणेतर. हे ब्राह्मणेतर कोण होते? तर युरोपियन, पारसी, अँग्लो इंडियन, प्रभू, शेणवी! म्हणजे कोल्हापूरचे संस्थान ज्या 'मराठ्यां'चे समजले जात होते, त्या मराठ्यांपैकी एकही अधिकारी प्रशासनात नव्हता. मग इतरांचा म्हणजे साळी, माळी, कोळी अथवा महार, मांग, चांभार अशा समाजांचा प्रश्नच उद्‌भवत नव्हता!

महाराजांनी या मक्तेदारीस सुरुंग लावण्याचे ठरविले. गादीवर येताच आपले गुरू रघुनाथराव सबनीस (सी.के.पी) यांना त्यांनी हुजूर ऑफिसची निर्मिती करून 'हुजूर चिटणीस' म्हणून नेमले. ब्राह्मण ब्युरॉक्रसीस पडलेले हे पहिले खिंडार होय. काही दिवसांनी भास्करराव

जाधव या उच्चविद्याविभूषित मराठ्यास ॲसि. सरसुभे म्हणून तर दाजीराव विचारे या दुसऱ्या तरुणास एक्झि. इंजिनियर म्हणून नेमले. पण, अशी एक-दोन खिंडारे पडून ब्राह्मण ब्युरॉक्रसीचा किल्ला उद्‌ध्वस्त होणार नव्हता. त्यासाठी धोरणात्मक पाऊल उचलणे आवश्यक होते.

१९०२ चा आरक्षण जाहीरनामा

२६ जुलै, १९०२ रोजी शाहू महाराजांनी अत्यंत धाडसी व दूरगामी पाऊल उचलले. संस्थानच्या महसूल, न्याय, विद्या इत्यादी खात्यांमधीलच नव्हे तर खासगी खात्यांतील नोकऱ्यांतही ५० टक्के आरक्षण मागासलेल्या समाजासाठी ठेवले गेले असल्याचा जाहीरनामा त्यांनी प्रसिद्ध केला. ब्राह्मण, प्रभू, शेणवी, पारशी अशा पुढारलेल्या जाती सोडून बाकीच्या सर्वांना मागासलेला समाज घोषित केले गेले. या जाहीरनाम्याने महाराष्ट्रातील ब्रह्मवर्गात हाहाकार माजला. मागासलेल्या समाजांना संजीवनी देणारा हा जाहीरनामा ब्रह्मवर्गास मृत्युघंटेच्या निनादाप्रमाणे भासला! कोल्हापूरच्या ब्राह्मणांचे नेते व लो. टिळकांचे मित्र प्रो. विष्णू गोविंद विजापूरकर यांनी आपल्या 'समर्थ' या पत्रात म्हटले की, हा जाहीरनामा मृत्युलेखाभोवती टाकतात तशी काळी चौकट टाकून छापण्याचा विचार होता; पण तो सोडून देण्यासाठी आपणास फार संयम दाखवावा लागला! महाराष्ट्रातील ब्राह्मणांचे आराध्य दैवत असणाऱ्या लो. टिळकांनी तर यापुढे जाऊन असे म्हटले की, महाराजांचा हा निर्णय गैरमुत्सद्दीपणाचा आणि असंमजसपणाचा असून, त्यांच्या बुद्धिभ्रंशाचे हे लक्षण आहे!

कोल्हापूर संस्थानच्या लोकसंख्येत ब्राह्मणांचे प्रमाण ३ टक्के होते आणि त्यांना अद्यापिही ५० टक्के जागा खुल्या होत्या. ब्राह्मणेतर ९७ टक्के होते आणि त्यांना फक्त ५० टक्के जागा आरक्षित केल्या गेल्या. तरीही ब्राह्मणांना वाटत होते,की त्यांच्यावर आकाशातून कुऱ्हाड कोसळलीय!

महाराजांचा हा निर्णय सामाजिक न्यायाला धरून होता; किंबहुना विषमताग्रस्त समाजात समता प्रस्थापित करणारा, सामाजिक न्यायाचे तत्त्व राबवणारा हा निर्णय होता, हे स्पष्ट आहे. या निर्णयाने विद्येत मागासलेल्या समाजास राज्यशासनाच्या अधिकारात वाटणी प्राप्त झाली.

त्याचबरोबर ब्राह्मण ब्युरॉक्रसीचा किल्ला ढासळण्याची खरी प्रक्रिया सुरू झाली. सामाजिक इतिहासाच्या दृष्टीने पाहिल्यास अशा प्रकारे मागासलेल्या समाजासाठी घोषित झालेला भारतातील हा पहिला आरक्षण जाहीरनामा होता.

सामाजिक न्यायाची अंमलबजावणी

शासनसंस्थेने केवळ सामाजिक न्यायाची धोरणे घोषित करून समता प्रस्थापित होत नसते. त्यासाठी शासनसंस्थेच्या चालकांजवळ ती धोरणे राबवण्याची व त्यासाठी पूरक व पोषक अशी परिस्थिती निर्माण करण्याची इच्छाशक्ती असणे गरजेचे असते. शाहू छत्रपतींजवळ अशी जबरदस्त इच्छाशक्ती होती.

प्रत्येक मागासलेल्या जातीसाठी कोल्हापुरात विद्यार्थी वसतिगृह स्थापन करण्याचे कार्य किंवा राज्यातील मुलांना सक्तीचे मोफत शिक्षण देण्याचे कार्य याकडे आपण या दृष्टीने पाहिले तर आपल्या सामाजिक न्यायाच्या धोरणांची प्रत्यक्ष अंमलबजावणी ते कशी करत होते, हे ध्यानात येते. त्या काळात प्रत्येक जात आपल्याच रिंगणात फिरत असल्याने सर्व जातींच्या विद्यार्थ्यांसाठी एकच वसतिगृह ही कल्पना कितीही आदर्श असली तरी व्यवहार्य नव्हती. प्रत्येक जातीसाठी वेगळे वसतिगृह ही महाराजांची अंतिम उद्दिष्ट साध्य करण्याच्या मार्गातील एक तडजोड होती. जातिभेदाचा अंत हे उद्दिष्ट गाठायचे असेल तर लोक शहाणे व्हायला पाहिजेत; त्यासाठी शिक्षणाचा प्रसार व्हायला हवा आणि त्यासाठी शिक्षणाच्या विविध सुविधा निर्माण करावयास हव्यात, अशा त्या मार्गातील पायऱ्या होत्या आणि त्या चुकीच्या नव्हत्या.

बहुजनांत शिक्षणाचा प्रसार होणे म्हणजे बहुजन शहाणे होणे, ही गोष्ट ब्राह्मणवर्गास न परवडणारी होती. त्यामुळे त्यांच्या सर्वंकष मक्तेदारीसच धोका उत्पन्न होणार होता; म्हणून त्यांच्यामधील विचारवंत व शिक्षणतज्ज्ञ प्राथमिक शिक्षण सक्तीचे व मोफत करणे ही बाब अव्यवहार्य आहे, असे म्हणत होते. केसरीसारखी त्यांची वर्तमानपत्रे तर म्हणत होती की, सरकारने सध्या उपयोगात असणारी शाळागृहे अधिक

सुसज्ज व हवेशीर केली पाहिजेत. ही शाळागृहे शहरांत होती व तेथे बहुसंख्य मुले ब्राह्मणवर्गातील होती. यावर टिपणी करताना शाहू छत्रपतींनी म्हटले आहे,

"केसरीचे हे प्रतिपादन कोणाही सरळ बुद्धीच्या माणसास चीड आणील. No cake to a few until all are served with bread.हे इंग्लंडमधील मजूर पक्षाचे धोरण आहे. येथे शेकडा ९० लोक उपाशी आहेत व दहा लोक खात आहेत. उपाशी लोकांना कोंड्याच्या भाकरीचीही सोय करण्याअगोदर या दहांच्या पोळीवर साजूक तूप वाढा, असा ओरडा करणाऱ्यांना रयतेची कितपत कळकळ आहे, हे उघड होत आहे."

ज्यांना पुरणपोळी मिळते आहे त्यांचा विचार न करता, ज्यांना कोंड्याची भाकरीही मिळत नाही, त्यांचा विचार शासनसंस्थेने अग्रक्रमाने केला पाहिजे, हा सामाजिक न्याय या ठिकाणी व्यक्त होतो.

अस्पृश्यतानिवारणाच्या संदर्भात सामाजिक न्यायाची अंमलबजावणी

सामाजिक न्यायाच्या संकल्पनेत समतेबरोबर बंधुता हेही तत्त्व आहे. अस्पृश्यतेच्या रूढीत ते पायदळी तुडविले जात होते. तत्कालीन समाजातील अतिशूद्र लोकांना माणूस तर नाहीच; पण पशूपेक्षाही हीन समजले जात होते. त्यांचा स्पर्शसुद्धा अपवित्र समजला जात होता. या पार्श्वभूमीवर शाहू छत्रपतींनी अस्पृश्यता निवारणाचे जाहीरनामे काढले. सर्व सरकारी खाती व सार्वजनिक ठिकाणे येथे अस्पृश्यता पाळण्यास कायद्याने गुन्हा ठरविला गेला. जाहीरनाम्यात त्यांनी अस्पृश्यांना 'प्रेमाने, समतेने' तसेच 'ममतेने व आदराने' वागविले पाहिजे, असा आपल्या अधिकाऱ्यांना आदेश दिला आहे.

पण, केवळ असे आदेश देऊन महाराज थांबले नाहीत. त्यांनी त्यानुसार स्वतःचे आचरण ठेवले. अस्पृश्य समाजातील लोकांना त्यांनी राजवाड्यावर हुजरे, शरीररक्षक, कोचमन, ड्रायव्हर, माहूत अशा अनेक जागांवर नेमले. काहींना शिकारी खुतात, पीलखान्यावर, पागेवर घेतले. जसजसे अस्पृश्य लोक शिकून तयार होऊ लागले, तसतसे त्यांना सरकारी नोकऱ्यांत भाग कारकून, अव्वल कारकून, तलाठी,

दप्तरबंद म्हणून अग्रक्रमाने घेतले जाऊ लागले.

१६ ऑगस्ट, १९१८च्या एका हुकमात महाराजांनी म्हटले आहे - "हल्ली तलाठ्यांच्या नेमणुका चालल्या आहेत. त्यात अस्पृश्य जातीच्या लोकांस प्रेफरन्स देण्यात यावे. तसेच त्या जातीतील लोकांस योग्यता व लायकी असल्यास दरबारातील कोणत्याही योग्यतेच्या जागेवर म्हणजे रेव्हिन्यू, ज्युडिशयल, पोलीस, जनरल आदी कोणत्याही मुख्याच्या जागेवरही नेमण्यात येईल. इत:पर त्यांच्या अस्पृश्यत्वाची सबब सरकारी नोकरीच्या बाबतीत घेतली जाणार नाही, म्हणून जाहीर करण्यात यावे."

अस्पृश्य उमेदवारास प्रेफरन्स द्यावा, म्हणजे केवळ ब्राह्मणच नव्हे तर मराठा उमेदवार जरी उपलब्ध असेल, तरी प्रेफरन्स द्यावा, असा या हुकमाचा अर्थ आहे. सामाजिक न्यायाच्या प्रस्थापनेसाठी समाजाच्या सर्व क्षेत्रांत विकासाच्या ज्या संधी उपलब्ध होतात, त्यांचे वितरण दुर्बल घटकांना प्रेफरन्सने झाले पाहिजे; आणि ही जबाबदारी मुख्यत्वेकरून शासनसंस्थेची आहे, हे महाराजांच्या कृतीतून स्पष्ट दिसते.

'सर्वांना समान संधी' तत्त्वाच्या मर्यादा

'सर्वांना समान संधी' हे समतेचे तत्त्व आहे हे खरे; पण संधींच्या वितरणातून दुर्बल घटकांचा विकास साधायचा असेल तर सर्वांना समान संधी उपलब्ध करून समता स्थापन करता येत नाही. संधीचा फायदा जे बलवान आहेत, तेच उपटतील आणि तेही समतेच्या नावावर! या संदर्भात नाम. भास्करराव जाधव यांनी महाराजांची एक आठवण सांगितली आहे, ती फार समर्पक आहे.

एकदा सांगलीचे प्रसिद्ध वकील गणपतराव अभ्यंकरांची व महाराजांची गाठ पडली असता ते महाराजांस म्हणाले, "महाराज, तुम्ही जात पाहून स्कॉलरशिप्स देता, हे काही बरे नव्हे! लायकी पाहूनच स्कॉलरशिप्स किंवा नोकऱ्या दिल्या पाहिजेत."

महाराजांनी काहीच उत्तर दिले नाही. अभ्यंकर महाराजांच्या गाडीतच होते. त्यांनी आपला रथ घोड्याच्या थट्टीकडे नेला. चंदी देण्याचीच ती वेळ होती. त्यांनी चंदी (हरभरे) आणायला सांगितली व सर्व चंदी एका

जाजमावर टाकली. त्याबरोबर सारी घोडी धावून आली. दांडगी, सशक्त, तल्लख होती ती पुढे झाली व सर्व हरभरे त्यांनीच फस्त केले. लंगडी, अशक्त, रोगी होती ती मागे राहिली. त्यांना पुढे येता येईना. त्यामुळे त्यांना काहीच मिळाले नाही.

हे दाखवून महाराज अभ्यंकरांना म्हणाले, "पाहिलेत अभ्यंकर, जी हुशार, सशक्त आणि लायक त्यांनीच सर्व हरभरे फस्त केले. ज्यांना खरोखरी जरुरी होती, ती घोडी मागेच राहिली. म्हणून त्यांना तोबऱ्यातून चारावं लागतं. तसं चारलं नाही तर त्यांना काहीच मिळणार नाही. मग आता तुम्हीच सांगा, मागे पडलेल्या समाजाला पुढे आणण्याकरता जादा सवलती नकोत का द्यायला?"

अभ्यंकरांना काही उत्तर देता आलं नाही. ते म्हणाले, "तुमचं म्हणणं बरोबर आहे महाराज."

लंगड्या, अशक्त घोड्यांची व्यवस्था, त्यांच्या स्वतंत्र चंदीची सोय शासनसंस्थेने करावयासच हवी. नाहीतर दांडगेश्वर घोडी सर्वच चंदी फस्त करणार, हे उघड आहे.

आई-बापास त्यांची सर्व मुले सारखीच असतात. सर्वांवर त्यांचे सारखे प्रेम असते. पण, त्या सर्वांना ते एकाच प्रकाराने वागवीत नाहीत. आई-बापाच्या या वर्तनाचा दृष्टांत देताना महाराज म्हणतात, "मागे पडलेल्यांना पुढे येण्यास उत्तेजन देणे, हे माझे कर्तव्य आहे, असे मी मानतो. जनतेला व त्याचप्रमाणे हीन स्थितीतील लोकांना वर काढण्यास मी हातभार लावत असतो. वयात आलेल्या व आपले हिताहित कळणाऱ्या मुलांकडे लक्ष देण्याची आई-बापास जरुरी नसते. पण, जी अज्ञान आहेत, ज्यांना चालता येत नाही, ज्यांना धड उभेही राहता येत नाही, त्यांची काळजी आई-बापास जास्त घ्यावी लागते. कोणास हाताचा आधार द्यावा लागतो व कोणास उचलूनही घ्यावे लागते. असे करणारे आई-बाप सर्व मुलांस सारखे वागवीत नसल्याने ते मुलामुलांत पक्षपात करतात, असा त्यांच्यावर आरोप करणे अधमपणाचे होईल. हेच तत्त्व लक्षात घेऊन मी अगदी निकृष्ट स्थितीत असलेल्या जातींना जास्त उत्तेजन देत आहे. त्यांना नोकऱ्या सढळ हाताने दिल्या जात आहेत व वकिलीच्या सनदाही त्यांना देऊन त्यांचे शिक्षण, दर्जा व महत्त्व वाढविण्यात येत आहे."

व्यवसाय स्वातंत्र्याची संधी

सामाजिक न्यायाचे तत्त्व गुलामगिरीच्या विरोधात काम करत असते. त्या काळी सामाजिक गुलामगिरी अनेक प्रकारची होती. विद्याबंदीने निर्माण केलेली शिक्षणाच्या क्षेत्रातील गुलामगिरी, व्यवसायबंदीने निर्माण केलेली आर्थिक क्षेत्रातील गुलामगिरी ही वानगीदाखल म्हणावी लागतील. तत्कालीन समाजातील व्यवसायबंदी म्हणजे जातीने नेमून दिलेल्या व्यवसायाशिवाय अन्य व्यवसाय करण्यास बंदी. म्हणजे न्हाव्यांनी पिढ्यान्‌पिढ्या न्हावकीच करायची, सुताराने सुतारकीच करायची. यात बदल म्हणजे सामाजिक गुन्हा होता. त्याबद्दल समाजच शिक्षा सांगत असे. शाहू छत्रपतींनी ही व्यवसायबंदी कायद्याने तोडून फेकून दिली. सर्व बलुतेदारांना त्यांच्या व्यवसायांच्या बंधनातून मुक्त केले. महार लोकांनाही त्यांच्या महार वतनातून मुक्त केले. वतनाच्या गुलामगिरीतून बाहेर पडून त्यांनी स्वतंत्र उद्योगधंदे करावेत म्हणून उत्तेजन दिले. व्यवसायाची, प्रगतीची विविध क्षितिजे या मागासलेल्या लोकांनी गाठावीत, म्हणून त्यांचा प्रयत्न होता.

वकिली म्हणजे केवढा प्रतिष्ठित व्यवसाय! पण या व्यवसायात ब्राह्मणवर्गाचीच मक्तेदारी होती. महाराजांनी मराठ्यांना, अस्पृश्यांना, वकिलीच्या सनदा देऊन त्यांना 'सनदी वकील' बनवले आणि या मक्तेदारीस शह दिला.

सामाजिक न्यायाचे अभ्यासक सांगतात की, ज्यांना हा न्याय लावला जातो, त्यांना त्यांचा प्रत्यक्ष लाभ व्हायला हवा. त्याला ते प्रत्यक्ष लाभाचे तत्त्व (Principle of Outcome) असे म्हणतात. आतापर्यंतच्या विवेचनावरून शाहू छत्रपतींच्या सामाजिक न्यायाच्या कार्यात हे प्रत्यक्ष लाभाचे तत्त्व किती प्रभावी होते, हे स्पष्ट दिसून येते.

शाहू छत्रपतींच्या सामाजिक न्यायाचे पूर्णत्व

समाजातील दुर्बल घटकांना त्यांच्या विकासाच्या संधी उपलब्ध करून दिल्या, त्याप्रमाणे त्यांचा विकासही घडून आला, म्हणजे सामाजिक न्याय पूर्णत्वास गेला असे नाही. विकासाच्या संधी ही भौतिक साधने

झाली. त्याबरोबर मूलभूत नैतिक साधनांचीही आवश्यकता असते. आत्मसन्मान, माणुसकी, प्रतिष्ठा ही नैतिक साधने समजली जातात. या दृष्टीने शाहू छत्रपतींनी कोणता व्यवहार केला, हे पाहिले पाहिजे.

महाराजांनी गंगाराम कांबळेला चहाचे हॉटेल काढून दिले. पण महाराच्या हॉटेलात कोण जाणार? तेव्हा खुद्द महाराजच दररोज अंबाबाईच्या दर्शनाला जाता-येता त्याच्या हॉटेलात जाऊन चहा पिऊ लागले. महाराजांच्या या वागण्यामुळे गंगारामची व त्याच्या हॉटेलची प्रतिष्ठा केवढी वाढली असेल, याची आपण कल्पना करू शकतो.

गंगाराम कांबळे

महाराजांनी महार, मांग, चांभार व ढोर अशा अतिशूद्र मानल्या गेलेल्या जातींना वर काढण्यासाठी जे प्रयत्न केले ते प्रसिद्धच आहेत. पण, या प्रयत्नांबरोबर त्यांची समाजातील प्रतिष्ठा कशी वाढेल, हे प्रयत्नही महत्त्वाचे होते. महाराजांनी गावच्या कुलकर्ण्याला बाजूला करून त्याच्या जागी अस्पृश्य समाजातील तलाठ्यास बसविले, ही गोष्ट सामान्य नव्हती. कालपर्यंत ज्याचे आई-बाप चावडीच्या पायरीवरूनच पाटील-कुलकर्ण्याला जोहार करत होते, तो महार तलाठी पाटलाच्या शेजारी बसून गावातील लोकांचा 'राम राम' स्वीकारू लागला, ही घटना हिंदुस्थानात अन्यत्र कुठेच घडलेली नव्हती!

महाराजांनी आपल्या राजवाड्यावर अस्पृश्यांना कोचमन, ड्रायव्हर, माहूत म्हणून घेतले, हे मागे सांगून झालेच आहे. ही सर्व मंडळी रुबाबदार पोशाखात आपल्या नोकरीवर हजर होत, त्या वेळी त्यांच्याकडे बघण्याचा समाजाचा दृष्टिकोन बदलल्याशिवाय राहिला नाही. खुद्द अंबाबाईच्या छबिन्याच्या हत्तीवर महार माहूत दरबारी ऐटीत बसत असे, ही गोष्ट समस्त महार समाजाची प्रतिष्ठा वाढविणारी होती.

कोल्हापूर म्युनिसिपालिटीचा सदस्य म्हणजे सन्मानाची जागा. या पदावर महाराजांनी हिरा मदारी या भंग्यास नेमले. एवढेच नव्हे तर समस्त भंग्यांना 'पंडित' आडनाव बहाल केले. अशाच प्रकारे त्यांनी

महार पैलवानांना 'जाठ' पैलवान म्हणून आणि चांभार पैलवानांना 'सरदार' म्हणून नावे दिली होती. हेतू हा की, त्यांच्याशी कुस्ती खेळतांना त्यांच्या अस्पृश्य जातीमुळे कुणा पैलवानाने नकार देऊ नये!

दत्तोबा पवार

या संदर्भात महाराजांनी आणखी पुढचे पाऊल टाकले. कोल्हापूर म्युनिसिपालिटीच्या चेअरमनपदावर चांभार समाजातील दत्तोबा पवार या सुशिक्षित तरुणाची नियुक्ती केली. एखाद्या म्युनिसिपालिटीचा चेअरमन अस्पृश्य समाजातील असणे, हे देशातील पहिले उदाहरण होते!

माणगावच्या परिषदेत महाराजांनी डॉ. आंबेडकरांचा केलेला गौरव, त्यानंतर त्यांना राजवाड्यावर आपल्या पंगतीस घेऊन व त्यांच्या डोईवर मंदील ठेवून त्यांचा केलेला सन्मान या गोष्टी शाहूचरित्रात प्रसिद्धच आहेत. याच सुमारास महाराजांनी डॉ. आंबेडकरांना लिहिलेले एक पत्र उपलब्ध आहे. त्या पत्रात ब्राह्मण ब्युरॉक्रसीने महारांमधील 'स्पिरीट' आणि 'सेल्फरिस्पेक्ट' कसा नष्ट केला आहे, याची चर्चा आहे. पण, या चर्चेपेक्षा या पत्राचा मायना महत्त्वाचा आहे. त्यात त्यांनी 'रा. लोकमान्य आंबेडकर', अशी शब्दयोजना केली आहे. लोकमान्यांच्या हयातीतच त्यांची ही पदवी तरुण आंबेडकरांना लावून अस्पृश्यांचा हा नेता उद्या लोकमान्यांसारखा थोर राष्ट्रीय नेता होणार आहे, असा आशावाद त्यांनी येथे प्रकट केला आहे, ही गोष्ट डॉ. आंबेडकरांचीच नव्हे, तर समस्त अस्पृश्य समाजाचीच प्रतिष्ठा वाढविणारी होती.

केवळ अस्पृश्य समाजच नव्हे तर गरीब रयत, गिरणी कामगार, कष्टकरी मजूर या समाजाशी एकरूप होऊन त्यांचा आत्मसन्मान

वाढविण्याचा महाराजांनी प्रयत्न केलेला दिसतो. मुंबईच्या परळ भागात भरलेल्या कामगारांच्या सभेत ते म्हणाले होते-

"मजूरदार या शब्दात कमीपणा नाही. मी कोल्हापूरच्या राजपदावर असताही शिपाई, शेतकरी किंवा मजूर म्हणवून घेण्यात मला अभिमान वाटतो. माझी आई मुधोळकर घोरपडे घराण्यातील, दत्तक आई शिर्के घराण्यातील, दत्तक वडील भोसले कुळातील, असे हे सगळे शेतकरी वर्गातीलच होते."

डॉ. बाबासाहेब आंबेडकर

कोल्हापूरचा राजा आपणास "मी तुमच्यापैकीच एक आहे," असे म्हणतो, त्यावेळी समोरच्या शेतकऱ्यांना आणि मजुरांना किती धन्यता वाटली असेल, याची आज आपण कल्पनाही करू शकत नाही.

स्त्रीजातीविषयीचा सामाजिक न्याय

हिंदू समाजाने अस्पृश्यांनंतर सर्वाधिक अन्याय, सर्वाधिक पिळवणूक व छळ कोणाचा केला असेल, तर समस्त हिंदू स्त्रीजातीचा. एके काळी या देशात नवऱ्याच्या चितेवर त्याच्या विधवेला बांधून जिवंत जाळण्याची प्रथा होती आणि हे अघोरी कृत्य धर्माच्या नावाखाली केले जात होते. शाहूकालात सतीची चाल बंद पडली असली, तरी स्त्रीची मुस्कटदाबी, तिच्या छळाचे अनेक प्रकार बंद पडले नव्हते; दुर्दैवाने आजही ते चालूच आहेत. त्या काळी समस्त स्त्रीवर्ग हा मुक्या प्राण्याप्रमाणे जगत होता. अन्याय सहन करत होता.

शाहू छत्रपतींनी स्त्रियांचा कैवार घेऊन, त्यांच्या हक्कांच्या व स्वातंत्र्याच्या संरक्षणाचे कायदे केले. त्यांच्यावर होणाऱ्या अन्यायाचा प्रतिकार करण्याचे साधन कायद्याने निर्माण केले. विधवा-पुनर्विवाह

कायदा, आंतरजातीय विवाह कायदा, स्त्रीला क्रूरपणे वागविण्यास प्रतिबंध करणारा कायदा, घटस्फोट व वारशाचा कायदा आणि देवदासी प्रतिबंध कायदा असे एकूण पाच कायदे महाराजांनी अमलात आणले.

यांपैकी 'स्त्रीला क्रूरपणे वागविण्यास बंदी करणारा कायदा' आणि 'देवदासी प्रतिबंध कायदा' हे दोन कायदे त्या काळात क्रांतिकारी कायदे होते. ब्रिटिश सरकारनेही ते केलेले नव्हते. स्त्रियांवरील छळास शिक्षा देणारा हा जगातील तशा स्वरूपाचा पहिला कायदा आहे, असे आमचे मित्र आणि डॉ. बाबासाहेब आंबेडकर मराठवाडा विद्यापीठातील इतिहास संशोधक डॉ. उमेश बगाडे यांनी मला एका चर्चेत सांगितले. त्यांचे हे मत अधिक संशोधनासाठी इथे मी नमूद करत आहे.

या कायद्याच्या शेवटी त्याचे उद्देश व कारणे दिली असून, त्यात महाराजांनी नमूद केले आहे-''स्त्रियांसंबंधी क्रूरपणाच्या वागणुकीचे कित्येक प्रकार असे आहेत की, ते अपराध या शब्दाखाली येऊ शकत नाहीत आणि इं. पि. कोडचा अंमल त्यावर चालत नाही. मात्र, ते प्रकार केव्हा केव्हा इतके दुष्ट प्रतीचे असतात, की त्यामुळे स्त्रीजातीला आपला जन्म केवळ कंटाळवाणा व भूभार आहे, असे वाटू लागते. या गोष्टी लक्षात घेऊन 'क्रूरपणाची वागणूक' या शब्दाची व्याख्या आम्ही अशी तयार केली आहे की, त्यातून कोणत्याही प्रकारची वाईट वागणूक सुटून जाता कामा नये'' - (२९ जुलै, १९१९).

शाहू छत्रपतींच्या हयातीत व नंतरही त्यांच्या हितशत्रूंकडून स्त्रियांच्या संदर्भात त्यांच्या चारित्र्यहननाची एक आघाडीच उघडली गेली होती. या पार्श्वभूमीवर या राजाने स्त्रियांच्या हक्कांच्या संरक्षणासाठी केलेले कायदे उपेक्षित राहिले असावेत. आजही स्त्रियांवरील अत्याचार व छळांचे प्रकार राजरोसपणे चालू आहेत. अशा परिस्थितीत या राजाने १०० वर्षांपूर्वी हे कायदे करावेत, स्त्रियांनाही सामाजिक न्याय मिळाला पाहिजे अशी भूमिका घ्यावी, ही गोष्ट अचंबा करावी अशी आहे.

बदलत्या परिस्थितीत सामाजिक न्याय

ज्यांनी सामाजिक न्यायाची लढाई उभ्या आयुष्यभर केली, त्या डॉ. आंबेडकरांनी स्वतंत्र भारताची राज्यघटना तयार केली. त्यांनी तिच्यात

मार्गदर्शक तत्त्वांच्या रूपाने सामाजिक न्यायाला उचित स्थान दिले आहे. सामाजिक न्यायाचा तो उत्कट आविष्कार आहे. त्यास नजरेसमोर ठेवून आपण गेली ५० वर्षे अनेक आघाड्यांवर शासनाशी संघर्ष केले. काही यशस्वी झाले तर काही अयशस्वी झाले. पण, आता सर्व जगातील परिस्थितीच झपाट्याने बदलत आहे. मुक्त अर्थव्यवस्था, उदारीकरण, जागतिकीकरण या गोंडस नावाखाली पाश्चात्त्यांचा व्यापारी साम्राज्यवाद सर्व जगभर पसरत आहे. भारतासारखे अनेक देश त्यात अडकले आहेत.

मुक्त अर्थव्यवस्था म्हणजे स्पर्धेची अर्थव्यवस्था. अशा स्पर्धेत Survival of the Fittest हेच तत्त्व लागू होते. अशा परिस्थितीत समाजातील शेतकरी, मजूर, आदिवासी, दलित अशा दुर्बल वर्गांना विकासाच्या संधी उपलब्ध होणार आहेत काय? आणि उपलब्ध झाल्या, तर स्पर्धेत ते टिकणार आहेत काय? बदलत्या परिस्थितीत असे दिसते की, ज्यांच्याकडे मुबलक पैसा आहे त्यांचीच मुले उच्च शिक्षण घेऊ शकतात. आज परदेशातील महागडी विद्यापीठे येथे येऊ लागली आहेत. ऑस्ट्रेलियन सफरचंदेही आलेली आहेत आणि आम्ही मध्यमवर्गीय मोठ्या हौसेने ती खरेदी करतो आहोत. या जीवघेण्या स्पर्धेत आमचा शेतकरी तग धरणार का, मजुरांच्या संरक्षणाचे कायदे अस्तित्वात राहणार का; असे अनेक प्रश्न उभे राहिले आहेत. या सर्व प्रश्नांच्या बुडाशी सामाजिक न्यायाचा प्रश्न खदखदत आहे.

आणि मग म. फुले यांच्यापासून डॉ. आंबेडकरांपर्यंत सामाजिक न्यायासाठी संघर्ष केला गेला, त्यांचे काय होणार आहे? राज्यघटनेत मार्गदर्शक तत्त्वे अस्तित्वात राहतील; पण त्यांच्या अंमलबजावणीची चाड शासनसंस्थेला राहणार नाही. आज जे 'समाजवादा'चे झाले, ते उद्या मार्गदर्शक तत्त्वाचे होईल, अशी भीती वाटावयास लागली आहे.

संदर्भ

१. राजर्षी शाहू स्मारक ग्रंथ, संपा. जयसिंगराव पवार, कोल्हापूर, २००१, पृ. १२६-१२७

२. कित्ता, पृ. ६२

३. क्रांतिसूक्ते - संपा. एस. एस. भोसले, कोल्हापूर, १९७५, पृ. २१
४. राजर्षी शाहू स्मारक ग्रंथ, पृ, ९९८-१००१
५. कित्ता, पृ. ९९१
६. शाहू महाराजांच्या आठवणी, संपा. भाई माधवराव बागल, दुसरी आवृत्ती, कोल्हापूर, २००४, पृ. ५०
७. क्रांतिपर्व, पृ. १९
८. झोत-सामाजिक न्यायावर, संपा. उत्तम कांबळे, संगमनेर, २००५
९. कित्ता
१०. राजर्षी शाहू स्मारक ग्रंथ, पृ. ८४-९०
११. कित्ता, पृ. ९०९-९१०
१२. क्रांतिपर्व, पृ. १३३
१३. राजर्षी शाहू स्मारक ग्रंथ, पृ. १०२१-१०२४

❖

२

राजर्षी शाहू छत्रपती आणि वर्तमानातील प्रस्तुतता

डॉ. बाबासाहेब आंबेडकर मराठवाडा विद्यापीठाने राजर्षी शाहू छत्रपती महाराजांच्या कार्याची वर्तमानातील प्रस्तुतता या विषयावर चर्चासत्र आयोजित केले आहे, ही कालोचित घटना आहे, असे मी मानतो. फुले-शाहू-आंबेडकर विचारांची कास धरल्याशिवाय केवळ महाराष्ट्राचीच नव्हे तर अखिल भारतवर्षाची सामाजिक पुनर्घटना पुरी होणार नाही, हे सत्य आहे. त्या दृष्टीने विचार करता या विषयाची महती अधिक शब्दांत वर्णावी असे नाही. मुळातच हा विषय स्वयंप्रकाशी आहे.

इतिहासाचे दोन प्रकार

इतिहासाच्या अभ्यासकांनी मानवजातीच्या इतिहासाचे अनेक प्रकार पाडले आहेत. राजकीय, सामाजिक, आर्थिक, वैचारिक यांसारखे शेकडो प्रकार सांगितले जातात. पण हे इतिहासाचे सर्वच प्रकार आणखी दोन प्रमुख प्रकारांत बसवता येतात. ते म्हणजे : (१) वर्तमानाशी प्रस्तुतता नसणारा इतिहास आणि (२) वर्तमानाशी प्रस्तुतता असणारा

इतिहास. वर्तमानाशी प्रस्तुतता नसणारा इतिहास म्हणून अश्मयुगीन इतिहासाकडे निर्देश करता येईल. एकूण मानवजातीच्या इतिहासातील एक महत्त्वाचा टप्पा म्हणून या इतिहासाचे महत्त्व खात्रीने आहे, पण त्याची वर्तमानाशी नाळ जोडलेली नाही. अनेक शिलालेखांतून, ताम्रपटांतून शेकडो राजेरजवाडे डोकावताना दिसतात. पण त्यांचे आजच्या युगातील अस्तित्व म्युझियममधील 'ॲन्टिक पीस'प्रमाणे असते.

पण यास शिवछत्रपतींसारखे, राजर्षी शाहू महाराजांसारखे काही राजे अपवाद असतात. त्यांच्या चरित्राची, त्यांच्या कार्याची, त्यांच्या विचारांची नाळ वर्तमानाशी जुळलेली असते. तीनशे वर्षांपूर्वी शिवछत्रपती होऊन गेले; शंभर वर्षांपूर्वी शाहू छत्रपती होऊन गेले; पण आजही 'शिवचरित्र' जगातील सर्व स्वातंत्र्यप्रेमींना प्रेरणादायी ठरते आहे. तसेच 'शाहूचरित्र' जगातील सर्व समतावाद्यांना प्रेरणादायी ठरते. त्यांची वर्तमानातील प्रस्तुतता आज कधी नव्हती एवढी महत्त्वाची वाटते आहे.

राजा म्हणजे 'उपभोगशून्य स्वामी'

राजेशाही व लोकशाही यामध्ये लोकशाही श्रेष्ठ हे तत्त्व आता सर्वांनी स्वीकारले आहे. याचे कारणही स्पष्ट आहे. राजेशाहीच्या सर्व व्यवहारात 'राजा'ला महत्त्व असते. तो केंद्रस्थानी असतो. लोकशाहीत 'लोकां'ना महत्त्व असते, ते केंद्रस्थानी असतात. पण इतिहासात काही राजे असे होऊन गेले, की ज्यांनी स्वत:ला केंद्रस्थानी न ठेवता लोकांना, सामान्य रयतेला, केंद्रस्थानी ठेवले. राजा म्हणजे 'उपभोगशून्य स्वामी' ही संकल्पना केवळ घोषित न करता त्यांनी अमलात आणली. प्राप्त झालेला राजदंड जनतेच्या उद्धारासाठी, कल्याणासाठी वापरला. शिवछत्रपती व राजर्षी शाहू अशा राजांपैकी होते, आणि म्हणूनच लोकशाहीतसुद्धा त्यांचे स्मरण आवर्जून केले जाते.

आपण इंग्रजांशी संघर्ष करून स्वातंत्र्य मिळवले. लोकशाही शासनव्यवस्था आपण निर्माण केली. पण ही लोकशाही परिपूर्ण आहे काय? ती राजकीय हक्कांवर आधारलेली लोकशाही आहे. जोपर्यंत आपण स्वातंत्र्य, समता, बंधुत्व, सामाजिक न्याय या तत्त्वांवर आधारित समाजरचना निर्माण करत नाही, तोपर्यंत ती अपूर्णच राहील. अशी

समाजरचना म्हणजेच सामाजिक लोकशाही. ती स्थापन करण्यासाठी फुले-शाहू-आंबेडकर या तीन महात्म्यांनी आपल्या प्रयत्नांची पराकाष्ठा केली. खुद्द डॉ. आंबेडकरांनी राजर्षी शाहू छत्रपतींचे वर्णन 'सामाजिक लोकशाहीच्या चळवळीचे आधारस्तंभ' असे केलेले आहे; आज त्याची सत्यता पटल्याशिवाय राहत नाही.

सामाजिक न्यायाचा पुरस्कार

उपरिनिर्दिष्ट चार तत्त्वे एकमेकांपासून स्वतंत्र करता येणार नाहीत. सामाजिक न्यायाचे तत्त्व स्वातंत्र्य, समतादी तत्त्वांपासून अलग कसे करता येईल? शाहू महाराजांनी जातिभेदाविरुद्ध जो हयातभर लढा दिला, हा खरं म्हणजे सामाजिक न्यायाच्या प्रस्थापनेसाठी दिलेला लढा आहे.हा लढा एका अर्थाने मानवी स्वातंत्र्य, समता, बंधुत्व यांच्या प्रस्थापनेसाठीही होता, हे कोणालाही कबूल करावे लागेल. जातिभेद, जातिद्वेष व अस्पृश्यता हे आपल्या देशाचे कलंक आहेत; आपल्या सर्व प्रकारच्या पिछेहाटीला, आपल्या मागासलेपणास, एवढेच नव्हे तर आपल्या राजकीय दास्यासाठी हे आपले सामाजिक अवगुण कारणीभूत आहेत, असे महाराजांचे स्पष्ट मत होते. भारतातील लोकांचा धर्म कोणताही असो, त्यांच्यात कोणत्या ना कोणत्या स्वरूपाचे पंथभेद अथवा जातिभेद दिसून येतात. आजही जातिभेदाची उतरंड सर्वत्र दिसते आहे. अस्पृश्यता आता इतिहासजमा झाली असली तरी जातीपातीचा अभिमान कोणी सहसा सोडू इच्छित नाही. त्याचा स्वार्थी उपयोग राजकारणात होऊ लागला आहे. सत्तेचे राजकारण जातीय राजकारणावर आधारू लागले आहे. या सर्व पार्श्वभूमीवर राष्ट्राच्या एकतेसाठी व प्रगतीसाठी प्रथम आपले सर्व जातिभेद मोडून आपण सर्व जण एक होऊ या, ही शाहू महाराजांनी लोकांना दिलेली हाक आजही प्रस्तुत नाही, असे कोण म्हणू शकेल?

आंतरजातीय विवाहाचा पुरस्कार

जातिभेद तसेच जातिद्वेष यांचे निवारण करण्याचा एक प्रभावी मार्ग

म्हणून महाराज आंतरजातीय विवाहाकडे पाहत होते. सन १९१७ साली ब्रिटिशांनी पटेल बिलावर आधारित आंतरजातीय विवाहास मान्यता देणारा कायदा अमलात आणला. महाराजांनी त्याच धर्तीवर आपल्या संस्थानात सन १९१९ साली आंतरजातीय विवाह कायदा लागू केला.

पण महाराज एवढ्यावरच थांबले नाहीत, त्यांनी पुढाकार घेऊन कोल्हापूर-इंदूर या दोन संस्थानांच्या दरम्यान २५ धनगर-मराठा विवाह घडवूनही आणले. त्यांपैकी एक म्हणजे महाराजांच्या भगिनी चंद्रप्रभाबाई यांचा इंदूरचे राजपुत्र यशवंतराव होळकर यांच्याशी झालेला आंतरजातीय विवाह! ही काळाच्या पुढची फार मोठी झेप होती.

अशा प्रकारे पुन्हा एकदा त्यांनी 'बोले तैसा चाले,' या तत्त्वाची प्रचिती समाजाला आणून दिली. पण त्यांच्यानंतर किती जणांनी अशी झेप घेतली? समाजातील धुरीणांनी अशी झेप घेऊन आदर्श निर्माण करावयाचे असतात. आज वस्तुस्थिती तशी दिसत नाही. शाहू छत्रपतींचा जयघोष आम्ही करतो; पण लग्नव्यवहारात आपल्या जातीचा अहंकार आपण बाजूला ठेवू शकत नाही. खालच्या जातीशी सोडा, पण आपल्याच जातीतील खालच्या स्तराशीही (पदराशी) आपला संबंध जोडण्यास आम्ही तयार असत नाही. मग शाहू छत्रपतींसारखी 'झेप' ही गोष्ट फार दूरची!

या पार्श्वभूमीवर समाजात स्वत:ला उच्चवर्णीय समजणाऱ्या लोकांनी आपली मानसिकता २१ व्या शतकात तरी बदलावयास हवी. मनुष्य हा सुद्धा प्राणीच आहे आणि त्याची एकच जात म्हणजे त्याचे मनुष्यत्व. ते सोडून बाकीच्या सर्व जातीपाती अथवा भेद हे मानवनिर्मित आहेत. ते खरे नाहीत. ही शाहू महाराजांची भूमिका आम्ही जेवढ्या लवकर स्वीकारू तेवढ्या लवकर आमच्या देशाची राष्ट्रीय एकात्मता बळकट होणार आहे. परिणामी, देश बळकट होणार आहे.

स्त्रियांच्या संरक्षणाचे कायदे

म. फुले यांच्याप्रमाणे राजर्षी शाहू महाराजांनी विद्या, संपत्ती व सामाजिक प्रतिष्ठा यांना वंचित झालेल्या सर्व मागासवर्गीयांचा, शूद्रातिशूद्रांचा

कैवार घेतला. त्यामध्ये शेतकरी, बलुते-अलुते, अस्पृश्य, भटके-विमुक्त यांच्याबरोबर स्त्रीवर्गाचाही समावेश होता. हिंदू धर्ममार्तंडांनी समस्त स्त्रीवर्गास शूद्रामध्येच ढकलले होते. अशा स्त्रियांचा उद्धार करणारे म. फुले, प्रि. आगरकर, महर्षी कर्वे ही नावे मराठी माणसांना माहीत आहेत. पण स्त्रियांच्या मुक्तीसाठी, त्यांच्या नैसर्गिक हक्कांच्या संरक्षणासाठी, आपली राजसत्ता वापरून विविध कायदे करणारे शाहू छत्रपती फारसे कोणाला माहीत नाहीत. अभ्यासकांनीही महाराजांच्या या कार्याची उपेक्षा केलेली आढळते.

शाहू महाराजांनी आपल्या राज्यात विधवा-पुनर्विवाह कायदा, आंतरजातीय विवाह कायदा, घटस्फोटाचा व वारसाहक्कांचा कायदा, देवदासी प्रथा-प्रतिबंध कायदा यांसारखे पुरोगामी कायदे तर केलेच; पण त्याहीपेक्षा अत्यंत महत्त्वाचा, कोणाच्याही ध्यानीमनी न आलेला स्त्रियांच्या संरक्षणाचा कायदा त्यांनी अमलात आणला. तो म्हणजे स्त्रियांवर अत्याचार करणाऱ्या तिच्या कुटुंबीयांच्या 'क्रूरपणाच्या वर्तनास प्रतिबंध करणारा कायदा.' अशा प्रकारचा कायदा त्या काळात अखिल हिंदुस्थानात, संस्थानी मुलखात तसेच ब्रिटिश मुलखात कोणाही राज्यकर्त्याने केलेला नव्हता. कोणा शासकास अशा एखाद्या कायद्याची समाजाला गरज आहे, असेही वाटले नाही! शाहू महाराजांना ती गरज भासली. स्त्रियांवर प्रत्यही होणाऱ्या अत्याचारांनी या थोर महात्म्याचे हृदय कळवळले आणि मग त्यांनी आपला राजदंड अत्याचारखोरांवर उगारला. हे घडले सन १९१९ साली.

पुढे आपल्या देशाला स्वातंत्र्य मिळाले. लोकशाही शासन आले, पण स्त्रियांवर अत्याचारांना प्रतिबंध करणारा कायदा करण्यास आम्हास २००५ सालापर्यंत थांबावे लागले. २००६ साली हा कायदा अमलात आणला गेला. आज किती जणांना माहीत आहे,की असा कायदा शाहू छत्रपतींनी तत्पूर्वी ८५ वर्षे केला होता? असा एक अत्यंत पुरोगामी कायदा करणारा राजा भारतवर्षात होऊन गेला, ही आम्हा भारतीयांना भूषणास्पद गोष्ट आहे.

परंतु यावरच आपण समाधान मानणे इष्ट नाही. आजमितीस देशात, अनेक कुटुंबांतील असहाय्य स्त्रिया अत्याचाराच्या वरवंट्याखाली चिरडल्या जात आहेत. अनेक जणी आत्मदहन करून स्वतःची सुटका

करताहेत; तर अनेक जणींना जाळून मुक्ती दिली जात आहे. हे सर्व सुसंस्कृत समाजाला कलंकित करणारे आहे. याशिवाय स्त्रियांवर अत्याचार करण्याचे अनेक मार्ग व प्रकार असतात. त्या सर्वांचा प्रतिकार करून स्त्रियांना संरक्षण देणारा कायदा भारतीय संसदेने आता अस्तित्वात आणला आहे, याची जाणीव स्त्रीवर्गात करण्याची नैतिक जबाबदारी सामाजिक कार्यकर्त्यांची व स्त्री संघटनांची आहे. ती त्यांनी पार पाडली तर शाहू छत्रपतींचे उत्तरदायित्व आपल्या समाजाने निभावले, असे म्हणता येईल.

सक्तीचे मोफत प्राथमिक शिक्षण

शाहू महाराजांनी आपल्या कारकिर्दीत प्राथमिक शिक्षणास अनन्यसाधारण महत्त्व दिल्याचे आढळते. शिक्षण ही सर्व सुधारणांची गुरुकिल्ली आहे; अज्ञानात चाचपडणाऱ्या बहुजनांचा उद्धार शिक्षणाशिवाय होणार नाही, अशी म. फुले यांच्याप्रमाणे राजर्षी शाहू महाराजांची श्रद्धा होती; आणि म्हणूनच त्यांनी १९१७ साली आपल्या राज्यात सक्तीच्या मोफत शिक्षणाचा कायदा केला. आपल्या खजिन्यातील १ लाख रुपये त्यासाठी बाजूला काढून ठेवले. प्रत्येक खेड्यापाड्यातील देवळात, धर्मशाळेत, चावडीत अथवा जिथे रिकामी जागा मिळेल तिथं शाळा काढली गेली. त्यासाठी स्वतंत्र अधिकारी व खाते निर्माण केले. जे आई-बाप आपल्या मुलांना शाळेत पाठविणार नाहीत, त्यांना दंड करण्याचीही तरतूद केली गेली.

कोल्हापूर राज्यात प्राथमिक शिक्षणाचा प्रसार ही एक समाजजागृतीची चळवळ बनवली गेली. त्यासाठी गावकामगार पाटील-तलाठ्यापासून महालाच्या मामलेदारापर्यंत सर्वांना या चळवळीत सामील करून घेतले गेले. समाजातील सरदार-दरकदार, व्यापारी, वकीलवर्ग या सर्वांनी या चळवळीला हातभार लावला पाहिजे, असे आवाहन महाराजांनी केले होते. राज्यात प्राथमिक शिक्षणावर महाराज खर्च करत असलेली १ लाख रुपये ही रक्कम आज लहान वाटत असली तरी त्या काळी शिक्षकाला असणारा ८-१० रुपये पगार नजरेसमोर आणला तर या १ लाख रुपयांचे मोल ध्यानात येते. आणखी एक गोष्ट. ती म्हणजे

गुजरात, महाराष्ट्र व कर्नाटक अशा प्रदेशांचा मिळून बनलेल्या मुंबई इलाख्यात त्या वेळचे ब्रिटिश सरकार प्राथमिक शिक्षणावर १ लाख रुपयेसुद्धा खर्च करत नव्हते, ही बाब लक्षात घेतल्यावर कोल्हापूरसारख्या एका छोट्या संस्थानाचे प्रयत्न किती महत्त्वाचे व मोठे होते, हे ध्यानात येतात.

आज देशातील प्राथमिक शिक्षणाची काय अवस्था आहे? आजही आम्ही देशातील १४ वर्षाखालील सर्व मुला-मुलींना सक्तीचे मोफत शिक्षण देऊ शकलेलो नाहीत. त्यासाठी आमच्या संसदेने ६०-६५ वर्षांनी कायदा केला. मार्गदर्शक तत्त्वांतून प्राथमिक शिक्षण मूलभूत हक्काच्या यादीत आणले. पण त्याच्या अंमलबजावणीचे काय? प्राथमिक शिक्षण सार्वत्रिक सक्तीचे करणे ही काही सामान्य गोष्ट नाही. त्यासाठी प्रचंड निधी व यंत्रणा लागणार आहे. त्याही पेक्षा राज्यकर्त्यांकडे Political Will हवी आहे. या देशात स्वातंत्र्यपूर्व कालखंडात अशी Political Will बडोद्याचे महाराज सयाजीराव गायकवाड व कोल्हापूरचे शाहू महाराज यांनी दाखवलेली आहे. ही दोन उदाहरणे आजच्या राज्यकर्त्यांना निश्चितच प्रेरणादायी व मार्गदर्शक ठरतील, यात शंका नाही.

धर्म मोठा की राष्ट्र मोठे?

समाजकारण, धर्मकारण, अर्थकारण व राजकारण या बाबी एकमेकांत गुंतून राहिलेल्या असतात. जगाच्या प्राचीन व मध्ययुगीन इतिहासातच नव्हे तर आजही जगात धर्मकारणाला किती महत्त्व आहे, हे वेगळे काही सांगण्याची गरज नाही. धार्मिक अतिरेक्यांनी आज सर्व जगावर दहशत निर्माण केली आहे. अशा परिस्थितीत धर्मनिरपेक्षतेस मोठा धोका निर्माण झाला असता, शंभर वर्षांपूर्वी शाहू महाराजांनी समाजकारणात तसेच राष्ट्रकारणात धर्मास किती महत्त्व द्यावे, हे सांगून ठेवले आहे. त्यांनी एका ठिकाणी म्हटले आहे- ''आम्ही सर्व हिंदी आहोत, बंधू आहोत, हिंदी प्रजानन कोणत्याही वर्णाचे असोत, कोणत्याही धर्माचे असोत, ते सर्व हिंदी आहेत. व्यक्तीच्या दृष्टीने धर्माची बाब महत्त्वाची असेल, पण राष्ट्राच्या बाबतीत ती केव्हाही आड येता कामा नये. यापुरती धर्म ही बाब फारच कमी महत्त्वाची आहे, असे मला वाटते.''

धर्म मोठा की राष्ट्र मोठे, या प्रश्नाचे उत्तर महाराजांनी राष्ट्र मोठे, असे दिले आहे. महाराजांनी धर्मास कमी लेखलेले नाही; पण धर्माचा अभिमान हा घराच्या आत असायला हवा, आपण घराबाहेर पडलो की आपण सर्व जण हिंदी बांधव (Indians) आहोत; त्यात हिंदीमध्ये हिंदू, मुस्लीम, ख्रिस्त आदी सर्वांचा समावेश आहे, अशी निखळ 'हिंदी' राष्ट्रीयत्वाची भूमिका महाराजांनी इथं मांडलेली आहे. आज देशाला सर्वांत जास्त गरज कशाची असेल, तर अशा प्रकारच्या एकात्म राष्ट्र-भावनेची. विशेषतः बाबरी मशीद प्रकरण व त्यातून उद्‌भवलेल्या गुजरातमधील दंगली, या पार्श्वभूमीवर ह्या राष्ट्रभावनेची किती निकड आहे, हे स्पष्ट होते.

हिंदू-मुस्लीम ऐक्याचा संदेश

राजर्षी शाहू छत्रपतींच्या चरित्रातून व कार्यातून हिंदू-मुस्लीम ऐक्याचा संदेश दिला गेला आहे. १८९३ साली मुंबईत पहिली हिंदू-मुस्लीम दंगल झाली. शाहू छत्रपतींना पुढच्याच साली १८९४ मध्ये राज्याधिकार मिळाला. त्यानिमित्त पुण्यात झालेल्या सत्कार समारंभात त्यांनी हिंदू-मुस्लीम ऐक्याचा पुरस्कार केलेला दिसतो. पुढे त्यांनी आपल्या कारकिर्दीत मुस्लीम समाजाच्या उन्नतीसाठी खास पावले उचललेली दिसतात. मुस्लीम बोर्डिंगची स्थापना आणि 'कुराणा'चे मराठी भाषांतर ही त्यांपैकी काही पावले होत.

हिंदू काय, मुस्लीम काय, जैन काय आपण सर्व एकाच हिंदी राष्ट्राचे घटकावयव असून समसमान अधिकार असणारी भावंडे आहोत, असा राष्ट्रीय विचार त्यांनी अनेक सभा-परिषदांमधून मांडलेला आढळतो. व्यक्तीच्या दृष्टीने धर्म ही महत्त्वाची बाब असली तरी राष्ट्राच्या हिताच्या आड ती केव्हाही येता कामा नये, असेही त्यांनी बजावले आहे; ह्याचा उल्लेख आताच आपण पाहिला आहे. शाहू छत्रपतींचे हे विचार राष्ट्र घडविणारे तसेच राष्ट्र टिकवणारे आहेत. 'प्रेमाने प्रेम वाढते, द्वेषाने द्वेष वाढतो' असाही मानवतावादी संदेश त्यांनी आपल्या उक्ती आणि कृतीतून दिलेला आहे.

आज भारतालाच नव्हे तर सर्व जगाला सर्वांत मोठा धोका धर्मांधतेतून

निर्माण झालेल्या आतंकवादाचा आहे. जातिद्वेष, वर्णद्वेष, धर्मद्वेष, प्रांतद्वेष अशा अनेक द्वेषांनी भारतीय समाज ग्रस्त झालेला असताना शाहू छत्रपतींचे विचार अखिल भारतीयांना मार्गदर्शक व दिलासा देणारे ठरू शकतात.

अशा प्रकारे शाहू छत्रपतींचे समाजक्रांतीचे तसेच देशभक्तीचे विचार काळाच्या कसोटीस उतरलेले आढळतात. त्यांच्या हयातीत त्यांच्या विचारांची वरिष्ठ वर्गाने हेटाळणी केली तर तथाकथित विचारवंतांनी उपेक्षा केली. एवढेच नव्हे; तर सामाजिक स्वातंत्र्याचा विचार मांडणाऱ्या या विभूतीवर 'स्वजनद्रोहा'चा, 'स्वराज्यद्रोहाचा'ही आरोप करण्यात या विचारवंतांना विवेक पारखा झाला. त्या काळी राजकीय स्वातंत्र्याच्या चळवळीचे धुरीणत्व करणाऱ्या थोर देशभक्तांनाही सामाजिक स्वातंत्र्याची चळवळ ही राष्ट्रीय मुक्तीची चळवळ वाटत नव्हती. या त्यांच्या मानसिकतेमुळेच अस्पृश्यतेचा निषेध करणारा साधा ठरावसुद्धा काँग्रेससारख्या राष्ट्रीय संघटनेच्या व्यासपीठावर कित्येक वर्षे पास होऊ शकला नव्हता. देश पारतंत्र्यात असल्याने राजकीय स्वातंत्र्याची निकड ज्या मंडळींना अधिक वाटत होती, त्यांनी आपल्याच देशबांधवांच्या सामाजिक गुलामगिरीच्या बेड्या तोडण्यास स्वातंत्र्यदिनाच्या मुहूर्ताची वाट पाहावी, ही बाब दुर्दैवी होती.

या पार्श्वभूमीवर शाहू महाराजांच्या विचारांची उपेक्षा होणे, यात नवल नव्हते; पण आज स्वातंत्र्य मिळून ७५ वर्षे झाली तरी ह्या विचारांची अंमलबजावणी जशी व्हायला हवी तशी होत नाही, ही खरी शोकांतिका आहे. याचा असा अर्थ होतो की, उपरोक्त विचार जेवढे शे-पाऊणशे वर्षांपूर्वी सत्य आणि निकडीचे होते तसे ते आजही आहेत, आणि आजच्या ग्रामीण भागातील स्त्रिया, भूमिहीन, शेतकरी, मोलमजुरी करणारे कष्टकरी आणि दलित समाज यांच्या प्रश्नांकडे डोळस नजरेने पाहिल्यास या विचारांची लढाई आणखी बराच काल करावी लागेल; या वस्तुस्थितीचे दर्शन झाल्याशिवाय राहत नाही. ही लढाई जिंकली जाईपर्यंत शाहूराजांचा; विचार सतत आम्हा सर्व भारतवासीयांना प्रेरणादायी व मार्गदर्शक ठरणार आहे; आणि हीच त्यांच्या कार्याची व विचारांची वर्तमानातील प्रस्तुतता आहे.

❖

३

महात्मा बसवेश्वर आणि राजर्षी शाहू छत्रपती

महात्मा बसवेश्वर १२ व्या शतकात होऊन गेले. राजर्षी शाहू छत्रपतींचा कालखंड १९ व्या व २० व्या शतकांतील. दोघांच्या कारकिर्दीत सात-आठशे वर्षांचे अंतर. तरीही दोघांच्या चरित्रांत त्यांच्यामधील विचारांची व कृतींची अनेक साम्यस्थळे आढळतात. याचे कारण दोघांचे कालखंड जरी वेगवेगळे असले तरी दोघांनाही समाजातील वरिष्ठ ब्राह्मण वर्गाच्या धर्मसत्तेशी संघर्ष करावा लागला. बसवेश्वरांपूर्वी महात्मा गौतम बुद्धाने असा संघर्ष केला होता. एका अर्थाने बसवेश्वर हे गौतम बुद्धाचे वारसदार होते तर शाहू छत्रपती हे गौतम बुद्ध व बसवेश्वर या दोहोंचे वारसदार होते, असे मानले तर ते चुकीचे होणार नाही.

दोघेही उच्चवर्णीय

बसवेश्वर व शाहू छत्रपती हे दोघेही उच्चवर्णीय होते. बसवेश्वरांचा जन्म उच्चकुलीन ब्राह्मण कुटुंबात झाला होता; तर शाहू छत्रपती महाराष्ट्रातील नामवंत क्षत्रिय घराण्यात जन्मले होते आणि पुढे तर क्षत्रियकुलावतंस श्रीशिवाजी महाराज यांच्या राजसिंहासनावर स्थानापन्न

झाले होते. बसवेश्वर हे कर्नाटकातील बिज्जल राजाचे पंतप्रधान झाले आणि त्यांनी आपल्या बुद्धिवैभवाने व कार्यकुशलतेने कर्नाटकात श्रेष्ठ स्थान प्राप्त केले. शाहू छत्रपतींप्रमाणेच सत्ता व संपत्ती त्यांच्या पायाशी खेळत होती;पण त्यात ते रममाण झाले नाहीत.

बसवेश्वर आणि शाहू छत्रपती या दोघांनी मनात आणले असते तर राजवैभवात राहून त्यांनी पृथ्वीतलावरील सर्व सुखांचा उपभोग घेत आपली कारकीर्द तडीस नेली असती. तसे त्यांच्या पूर्वीच्या व त्यांच्यानंतरच्या शेकडो राजेरजवाड्यांनी केलेही होते; पण हे दोघे त्यास अपवाद ठरले. भोवतालच्या समाजातील विषमता, अनाचार, अत्याचार व अन्याय पाहून या दोघांनीही त्याविरुद्ध संघर्ष करण्याचा निश्चय केला आणि त्यासाठी त्यांनी आपल्या सत्तेचीही कदर केली नाही.

या ठिकाणी आपणास या दोघांची समग्र चरित्रे पाहावयाची नसून त्यांनी तत्कालीन समाजातील वर्णव्यवस्था व त्यातून उद्‌भवलेले जातिभेद व अस्पृश्यता या समाजदोषांविरुद्ध कसा संगर केला, याची चर्चा करावयाची आहे. दोघांमधील अंतर सात-आठ शतकांचे असले तरी दोघांची सामाजिक लढाई सारखीच होती आणि दोघांचेही शत्रू समानच होते. या शत्रूशी लढत असता त्या दोघांनीही मानवता-धर्माचा अखेरपर्यंत पुरस्कार केला.

दया धरम का मूल है

बसवेश्वरांनी सत्य, अहिंसा, दया, परोपकार, समता, बंधुत्व, सदाचार इत्यादी मानवतावादी तत्त्वांचा प्रसार केला. तो करत असता त्यांनी जो उपदेश लोकांना केला त्यास 'वचन' असे म्हणतात. कन्नड साहित्य या 'वचन साहित्या'मुळे समृद्ध झालेले आहे; जसे मराठी साहित्याला ज्ञानदेवांच्या ज्ञानेश्वरीने व तुकारामांच्या अभंगगाथेने समृद्ध केले आहे.

दया हा सर्वश्रेष्ठ मानवी सद्‌गुण असून तोच सर्व धर्मांचा मूलाधार आहे, असे प्रतिपादन करताना बसवेश्वर म्हणतात-

"ज्यात दया नाही तो धर्म कसला?

सर्व प्राणिमात्रांवर दया करा. कारण-

दया हीच सर्व धर्मांचे मूळ आहे.
हे प्रभो, दयाहीन व्यक्तीबद्दल
कोणास बरे प्रेम वाटेल?''

बसवेश्वर

शाहू छत्रपतींनी समाजप्रबोधन करत असता महाराष्ट्रात व महाराष्ट्राबाहेरच्या प्रदेशांत अनेक जाहीर भाषणे दिली. या भाषणांतही त्यांनी बसवेश्वरांप्रमाणे खऱ्या मानवधर्माचाच पुरस्कार केला. दयाधर्माचा गौरव करताना त्यांनी म्हटले आहे-

'दया धरम का मूल है, नरक मूल अभिमान', यावरून पाहता देशाची म्हणजे देशबंधूची सेवा करणे, 'जनी जर्नादन' शोधणे व पाहणे हाच खरा धर्म आहे. या बाबतीत सर्व धर्मांचे ऐक्य आहे. परोपकार हा पुण्यमार्ग आहे व परपीडा हे पाप, असेच सर्व धर्म प्रतिपादन करतात. याप्रमाणे विचार केल्यास धर्मभेदाच्या सबबीवर एकमेकांचा मत्सर करणे अगदी चुकीचे आहे.

खरा अस्पृश्य कोण?

समाजातील विषमता, उच्चनीचता व त्यातून होणारे अत्याचार व अन्याय या सर्वांचे मूळ जातिभेद व अस्पृश्यता या दोन दुर्गुणांत असल्यामुळे बसवेश्वर व शाहू छत्रपती या दोघांनीही त्यावर कडाडून हल्ले चढविले. समाजाने खरा चांडाळ, खरा अस्पृश्य कोणास मानावयास पाहिजे, याचे मार्गदर्शन करताना बसवेश्वर म्हणतात-

''हत्या करणारा हा खरा चांडाळ आहे.
अभक्ष (मांस) खाणारा हा खरा अस्पृश्य आहे.
कोण कोणत्या कुलात जन्मला याला काय
महत्त्व आहे? कुलाचे प्रयोजनच काय?
सर्व प्राणिमात्रांचे कल्याण चिंतणारे ईश्वरभक्त
(शरण), हे प्रभो,हेच खरे कुलीन आहेत.''

अखिल भारतीय बहिष्कृत (अस्पृश्य) समाजाच्या सभेत अध्यक्षपदावरून बोलताना शाहू छत्रपतींनी अस्पृश्यांमधील अस्मिता जागृत करताना हीच भावना व्यक्त केलेली आढळते. ते म्हणाले होते-

"अस्पृश्य हा शब्द कोणत्याही माणसाला लावणे फार निंद्य आहे. तुम्ही अस्पृश्य नाही. तुम्हास अस्पृश्य मानणाऱ्या पुष्कळ लोकांपेक्षा तुम्ही जास्त बुद्धिवान, जास्त पराक्रमी, जास्त सुविचारी, जास्त स्वार्थत्यागी आहात, तुम्ही हिंदी राष्ट्राचे घटकावयवच आहात. मी तुम्हाला अस्पृश्य समजत नाही."

स्वर्ग-नरक तर इथंच आहे

धर्मग्रंथांत सांगितलेल्या स्वर्ग-नरकाच्या कल्पना या खोट्या असून खरा स्वर्ग किंवा खरा नरक म्हणजे काय, याची चिकित्सा आपल्या एका 'वचना'त करत असता बसवेश्वर म्हणतात-

"देवलोक (स्वर्ग) आणि मर्त्यलोक (नरक) अलग अलग नाही. सत्य बोलणेच खरा देवलोक आहे. असत्य बोलणे हा मर्त्यलोक आहे. सदाचार म्हणजेच स्वर्ग, अनाचार म्हणजेच नरक. हे प्रभो, तूच याला प्रमाण आहेस."

पृथ्वीतलावरील मानवी जीवनालाच आपल्या सदाचाराने, बंधुभावाने, स्वर्ग बनविण्याची बसवेश्वरांची भाषाच शाहू छत्रपतींनी २० व्या शतकात केलेली आढळते. अखिल भारतीय कुरमी क्षत्रियांच्या सभेत बोलताना सर्व शक्तिमान ईश्वराच्या चरणी हीच प्रार्थना छत्रपतींनी केली होती. ते म्हणतात-

"हे परमेश्वरा, आमच्या देशातील लोकांना सुबुद्धी देऊन त्यांच्या अंत:करणात ज्ञानाचा प्रकाश पाड. आम्ही सर्व माणसे सद्गुणी चिरायू पुत्र होऊन बंधुप्रेमाने राहू. दुसऱ्याचे दुःख ते आपले दुःख व दुसऱ्याचे सुख ते आपले सुख असा आमचा समज होऊ दे. आम्ही सर्व जण मिळून शारीरिक, आत्मिक व सामाजिक उन्नती करून या संसाराला म्हणजे बसवेश्वरांच्या भाषेत मर्त्यलोकास स्वर्गधाम बनवू या."

ज्या ठिकाणी बंधुभाव, परोपकार, दया, प्रेम आदी सद्गुण नांदत असतात तेच ठिकाण मानवासाठी स्वर्ग आहे. स्वर्गप्राप्ती ही काही

मृत्यूनंतर प्राप्त होणारी गोष्ट नाही; खरा स्वर्ग पृथ्वीतलावरच असतो व तो आपण निर्माण करायचा असतो, असेच या दोन महात्म्यांनी सांगितले आहे.

बसवेश्वरांचा 'अनुभव मंटप'

आपण प्रतिपादन करत असलेल्या मानवधर्माच्या तत्त्वांची चर्चा-चिकित्सा व्हावी, विचारमंथन व्हावे यासाठी बसवेश्वरांनी सन ११६० मध्ये कल्याण येथे 'अनुभव मंटप' या ज्ञानपीठाची स्थापना केली. अनेक विचारवंतांनी या पीठास धर्मपरिषद, विद्वत्सभा, लोकपीठ, मुक्तविद्यापीठ इत्यादी अनेक नावांनी संबोधिले आहे. मुळात 'अनुभव मंटप'ची संकल्पनाच मोठी अभिनव व क्रांतिकारी होती. इथे रावापासून रंकापर्यंत व ब्राह्मणापासून अंत्यजापर्यंत सर्व शिवभक्तांना प्रवेश होता. त्यांना 'शरण' म्हटले जाई. त्यात काही स्त्रियाही होत्या. त्यांना 'शरणी' असे संबोधले जाई. सर्वांना कष्ट करून आपला चरितार्थ चालवावा लागे. त्यासाठी बसवेश्वरांनी 'कायकवे कैलास' हा मंत्र त्यांना दिला होता. याचा अर्थ- 'श्रम हाच स्वर्ग, श्रम हाच कैलास!'

देशाच्या सर्व भागांतून बसवेश्वरांच्या 'अनुभव मंटपा'कडे शेकडो साधुसंत आकृष्ट झाले. त्यांमध्ये ब्राह्मणांबरोबर चांभार, ढोर, कोष्टी, परीट, बुरूड, नावाडी, नाभिक, सोनार अशा सर्व जातिपातींचे लोक होते. त्यांच्यात भेदभाव नव्हता. बंधुभाव पूर्णांशाने नांदत होता. बसवेश्वरांना ते आपल्या जीवाभावाचे नातलगच वाटत होते. खरे तर 'अनुभव मंटप' ही एक सामाजिक समतेची व बंधुतेची प्रयोगशाळाच होती. बसवेश्वरांना सर्व जगच 'अनुभव मंटप' करायचे होते!

शाहू छत्रपतींचा 'सोनतळी कॅम्प'

शाहू छत्रपतींनी आपल्या आयुष्यातील शेवटची चार-पाच वर्षे तर संन्यस्त वृत्तीने व्यतीत केली. त्यांनी राजवाड्याचा व राजैश्वर्याचा त्याग करून, कोल्हापूरच्या बाहेर पंचगंगा नदीच्या काठावर 'सोनतळी कॅम्प' मध्ये वास्तव्य सुरू केले; आणि आपले सर्व उर्वरित आयुष्य दलितपतितांच्या

उद्धारासाठी खर्ची घालण्याचे व्रत स्वीकारले. छत्रपतींच्या ह्या कॅम्पमध्ये सर्व जातिधर्मांच्या, विशेषत: दलित वर्गातील लोकांचा मोठा सहभाग होता. एवढेच नव्हे तर फासेपारधीसारख्या त्याकाळी गुन्हेगार समजल्या जाणाऱ्या जमातीसही त्यांनी आपल्या कॅम्पमध्ये आश्रय दिला होता. फासेपारध्यांच्या नेत्यांनाच शाहू छत्रपतींनी आपले शरीरसंरक्षक नेमले होते.

खुद्द शाहू छत्रपतींचे त्या काळातील एक आत्मनिवेदन उपलब्ध आहे. त्यात त्यांनी म्हटले आहे की-"कॅम्पात ३८ देव-देवता आहेत. त्या सर्वांची पूजाअर्चा गणू महार करत असतो. या देवांचे दर्शन महाराजांसह सर्व लोक घेतात. लग्नकार्य झाल्यास वरातीही तेथे जातात. कॅम्पात सर्व जण बंधुभावाने राहतात. पाण्याचे सर्व हौद सर्वांना मोकळे आहेत. दशरथा मांग हा शिकारी स्टोअरचा जामदार आहे; तर आबा मांग व चंदा महार हे शिकारखान्याचे कामदार आहेत. दादू महार व रामू महार हे महाराजांच्या हत्तीवरील माहूत आहेत. अंबाबाईच्या छबिन्याच्या हत्तीवरही ते माहूत म्हणून काम करतात. तेथील पादुकांना शिवाशिव करण्यास त्यांना मोकळीक आहे. महाराजांचा मोटार ड्रायव्हर यल्लाप्पा नाईक हा महार आहे. तसेच चाबुकस्वार व कोचमन म्हणूनही महार लोक आहेत. शिकारीच्या प्रसंगी चंदा, आबा, दशरथा ही मंडळी हुजऱ्याचीही कामे करतात; मग त्यात नवल ते काय!"

अशा प्रकारे शाहू छत्रपतींचा 'सोनतळी कॅम्प' म्हणजे सामाजिक प्रयोगाची कार्यशाळाच होती. इथे खुद्द राजाच जातिभेद व अस्पृश्यता यांना थारा न देता सर्व माणसे ही एकाच ईश्वराची लेकरे आहेत, या उदात्त मानवी धर्माचा आदर्श सर्व समाजासमोर ठेवत होता. एक प्रकारे 'सोनतळी कॅम्प' म्हणजे विसाव्या शतकातील कोल्हापूरच्या छत्रपतींचा 'अनुभव मंटप'च होता.

अस्पृश्यांबरोबर सहभोजन

शिव नागमय्या हा बसवेश्वरांचा एक सहकारी अस्पृश्य समाजातील होता. पण बसवेश्वर त्याला आपल्या पंगतीस नित्यनेमाने घेऊन बसत. ते महारवाड्यात जात. अन्नउदकाचा विटाळ त्यांनी धुडकावून लावला

होता.

शाहू छत्रपतींनी आपल्या राज्यात सर्व सार्वजनिक ठिकाणी अस्पृश्यता पाळली जाणार नाही, याची ग्वाही देणारे जाहीरनामे तर काढलेच, शिवाय वैयक्तिक जीवनातही त्यांनी अस्पृश्यतेला थारा दिला नाही. हजारोंच्या सभेत ते अस्पृश्य समाजातील व्यक्तीच्या हातून चहा घेत. या चहापानाच्या जाहीर कार्यक्रमाचा जनतेवर मोठा परिणाम होई. एक राजा म्हणून तसेच शिवछत्रपतींचे वंशज म्हणून त्यांना जे समाजात आदराचे व सन्मानाचे स्थान होते त्याचा पुरेपूर उपयोग त्यांनी अस्पृश्यता निवारणासाठी करून घेतला. डॉ. आंबेडकरांच्या माणगाव परिषदेच्या संदर्भातील उदाहरण तर इतिहास-प्रसिद्धच आहे. या परिषदेनंतर डॉ. आंबेडकरांनी राजवाड्यात येऊन त्यांच्या पंगतीचा लाभ आम्हास द्यावा, असे प्रेमाचे जाहीर निमंत्रण दिले होते आणि त्याप्रमाणे राजवाड्यात सहभोजन होऊन त्यांनी डॉ. आंबेडकरांचा त्यांच्या डोईवर मंदिल ठेवून मोठा सन्मानही केला होता.

स्त्री-पुरुष समतेचा पुरस्कार

ज्या काळात हिंदू धर्मशास्त्रकार स्त्रीला शूद्र, मायावी, स्खलनशील, अपवित्र अथवा नरकाचे द्वार असे समजत होते. एवढेच नव्हे तर तुलसीदासासारखा संतपुरुषसुद्धा तिची अवहेलना ‘ढोल, गँवार, शूद्र, पशू, नारी, यह सब ताडनके अधिकारी’ अशी करत होते, त्या काळात महात्मा बसवेश्वरांनी स्त्रीला पुरुषाच्या बरोबरीची प्रतिष्ठा व अधिकार मिळवून दिले. सर्व जातिवर्णांच्या स्त्री-पुरुषांसाठी एकाच प्रकारचे इष्टलिंग उपास्यवस्तू म्हणून दिले. एकाच प्रकारचा दीक्षा संस्कार व साधनामार्ग सांगितला, एवढेच नव्हे तर शारीरिक मासिकधर्मात स्त्रीला अस्पृश्य न मानता त्यांनी तिला देवपूजेचा अधिकार दिला.

बसवेश्वरांच्या ‘अनुभव मंटपा’त जसे साधू पुरुष होते, तशा साध्वी स्त्रियाही होत्या. त्यांची संख्या ७० इतकी लक्षणीय होती. त्यांच्यापैकी महाशरणी बसवपत्नी नीलांबिका, महायोगिनी अक्कमहादेवी, लिंगम्मा यांसारख्या साध्वींनी आध्यात्मिक क्षेत्रात तसेच योगविद्येत फार मोठी उंची गाठली होती. लिंगम्मा ही तर अप्पण्णा नावाच्या एका नाभिकाची

धर्मपत्नी होती! बसवेश्वरांनी निर्माण केलेल्या नव्या समाजशास्त्रांमुळे आणि त्यांतील स्त्रीच्या स्वतंत्र व्यक्तिमत्त्वाच्या स्थानामुळे हे शक्य झाले होते. पण बसवेश्वर इथेच थांबले नाहीत. त्यांनी स्त्री-स्वातंत्र्याचा संकोच करणाऱ्या बालविवाहासारख्या अनिष्ट प्रथेस विरोध दर्शवला आणि त्याच बरोबर विधवाविवाह व आंतरजातीय विवाह यांसारख्या पुरोगामी सुधारणांचा निर्भयपणे पुरस्कार केला.

शाहू छत्रपतींनीही स्त्रीस्वातंत्र्याचा पुरस्कार करून आपल्या राज्यात विधवा-पुनर्विवाह कायदा, आंतरजातीय विवाह कायदा, स्त्रीअत्याचार प्रतिबंध कायदा, घटस्फोटाचा कायदा, देवदासीप्रथा प्रतिबंध कायदा यांसारखे अनेक पुरोगामी कायदे अमलात आणले. यांपैकी स्त्रीवर होणाऱ्या कौटुंबिक अत्याचाराचा प्रतिबंध करणारा कायदा तर त्या काळी सर्व भारतात कुठेही म्हणजे ब्रिटिश मुलखातही अस्तित्वात नव्हता. शाहू छत्रपतींच्या आंतरजातीय विवाह कायद्याचे एक महत्त्वाचे वैशिष्ट्य म्हणजे त्यातील एका कलमान्वये कोल्हापूर राज्यातील १८ वर्षांवरील स्त्रीला आपला जोडीदार निवडण्याचे पूर्ण स्वातंत्र्य दिले होते.

बसवेश्वरांनी घडविलेला आंतरजातीय विवाह

'अनुभव मंटपा'त एकदा एक मोठी क्रांतिकारी घटना घडली. मंटपातील सदस्यांच्या संमतीने व साक्षीने बसवेश्वरांनी मधुरवस या ब्राह्मण मंत्र्याचा मुलगा व हरळय्या या चांभार व्यक्तीची मुलगी यांचा आंतरजातीय विवाह घडवून आणला. मधुरवस व हरळय्या हे दोघेही 'मंटपा'चे सदस्य होते. तसेच बसवेश्वरांचे निष्ठावंत व ज्ञानवंत अनुयायी होते. ज्या काळात अस्पृश्याची सावलीही अंगावर पडू देत नसत. त्या काळात एका अस्पृश्य समाजातील कन्येचा विवाह उच्चवर्णीय ब्राह्मण पुत्राशी घडवून आणणे, ही 'न भूतो न भविष्यती' अशी घटना होती. तिच्यामुळे तत्कालीन सनातनी समाजात केवढा हाहाकार माजला असेल, याची आपण कल्पनाही करू शकत नाही. संपूर्ण मध्ययुगात अशी समाजक्रांतिकारी घटना घडलेली नव्हती.

'अनुभव मंटपा'त बसवेश्वर सर्व जातींच्या लोकांना प्रवेश देत होते. इथपर्यंत ठीक होते;पण आता ते त्यांच्यात आंतरजातीय विवाह घडवून

आणू लागल्यावर सनातन्यांनी हलकल्लोळ माजविला. त्यांनी बसवेश्वरांस धर्मद्रोही ठरविले आणि बिज्जल राजाच्या मदतीने हरळय्या, मधुरवस व नवदांपत्य या सर्वांचे डोळे काढून त्यांना हत्तीच्या पायी दिले! बसवेश्वरांचे अनुयायी व सनातनी लोक यांच्यात यादवी सुरू झाली. त्यात बिज्जलही मारला गेला, बसवेश्वरांनी कल्याण सोडले आणि कुडलसंगमेश्वरी जाऊन त्यांनी संगमात आत्मसमर्पण केले-(इ.स. ११६७).

शाहू छत्रपतींनी घडविलेला आंतरजातीय विवाह

जातिभेद व अस्पृश्यता यामुळे आपला समाज अधोगतीला पोहोचला, अशी शाहू छत्रपतींची ठाम भूमिका होती. म्हणून ते म्हणत, "या देशाची उन्नती लवकर किंवा उशिरा होणे, हे येथील जातिभेद ज्या प्रमाणावर नाहीसा होईल, त्यावर अवलंबून आहे. हा जातिभेद नाहीसा होण्यास भिन्न भिन्न जातींचे शरीरसंबंध (विवाह) विस्तृत प्रमाणावर होणे फार जरूर आहे."

जातिभेदाच्या उच्चाटनाचा केवळ मंत्र सांगून शाहू छत्रपती थांबले नाहीत; तर त्यानुसार त्यांनी धाडसाने पाऊलही उचलले. आपली जनक घराण्यातील बहीण, चंद्रप्रभाबाई यांचा विवाह त्यांनी इंदूरच्या यशवंतराव होळकरांशी घडवून आणला; आणि अशाच प्रकारच्या १०० मराठा-धनगर विवाहांची योजना तयार केली. त्यानुसार २५ आंतरजातीय विवाहही पार पाडले. हे खरे, की बसवेश्वरांच्या काळी जसा हाहाकार उडाला तसा या वेळी उडाला नाही. तथापि, शाहू छत्रपतींनी आपल्या भगिनीचा घडवून आणलेला आंतरजातीय विवाह, ही काही आपसूक झालेली घटना नव्हती. त्यासाठी त्यांना उभय पक्षींची मोठी मनधरणी करावी लागली होती. स्वपक्षीयांपैकी अनेकांची नाराजी त्यांना ओढवून

चंद्रप्रभाबाई व यशवंतराव होळकर

घ्यावी लागली होती.

बसवेश्वर मध्ययुगात होऊन गेले. शाहू छत्रपती आधुनिक युगात वावरत होते. पण हिंदू समाजाच्या मानसिकतेत फारसा फरक पडलेला नव्हता. खुद्द शिवछत्रपतींच्या वंशजालाच 'शूद्र' म्हणून घोषित करण्याइतकी प्रतिगामी वृत्ती तथाकथित आंग्लविद्याविभूषित सनातनी ब्रह्मवृंदाने धारण केली होती. बसवेश्वर व शाहू छत्रपती या दोघाही महात्म्यांना या वर्णवर्चस्ववादी ब्राह्मणवर्गाबरोबर लढावे लागले. या लढाईत बसवेश्वरांना शेवटी 'कुडलसंगमी' आत्मसमर्पण करावे लागले. शाहू छत्रपतींनी तसे काही केले नसले तरी त्यांना ब्रह्मवृंदांनी जीवघेण्या यातना दिल्याचे इतिहास सांगतो. या यातना होत्या त्यांच्यावर व त्यांच्या कुटुंबीयांवर केलेल्या चारित्र्यहननाच्या हल्ल्यांच्या. त्या यातना प्रत्यक्ष मृत्यूपेक्षाही भयंकर होत्या. पण दलितपतितांच्या उद्धाराचे व्रत घेतलेल्या या महामानवाने त्याही सहन करत करत अखेरपर्यंत शत्रूशी संघर्ष केला. एक प्रकारचे हेही एक आत्मसमर्पणच होते, असे म्हटल्यास ते चुकीचे होणार नाही.

संदर्भ ग्रंथ

१. युगप्रवर्तक महात्मा बसवेश्वर,संपा. प्रा. भीमराव पाटील आणि प्रा. विजयकुमार करजकर, लातूर, २००६

२. क्रांतिकारी विचारक महात्मा बसवेश्वर : संपा. - प्रा. चंद्रकांत एकलारे, लातूर, २००८.

३. राजर्षी शाहू स्मारक ग्रंथ : संपा. - डॉ. जयसिंगराव पवार, कोल्हापूर, २००७

४. सम्यक विद्रोही : बसवण्णा, कबीर, तुकोबा विशेषांक : संपा. - राजा शिरगुप्पे, आजरा २००८

५. वीरशैव व इतर धर्म : डॉ. सूर्यकांत घुमरे, गडहिंग्लज, १९९९

६. शरण जीवन दर्शन : राजू जुबरे, भालकी, २०१६

❖

४

राजर्षी शाहू आणि सत्यशोधक चळवळ

आपल्या देशात जेव्हा राजकीय हक्कांसाठी म्हणजे राजकीय स्वातंत्र्यासाठी लढा सुरू होता, त्यावेळी म. फुले, राजर्षी शाहू व डॉ. आंबेडकर हे नेते सामाजिक हक्कांसाठी म्हणजे सामाजिक स्वातंत्र्यासाठी झगडत होते. राजकीय स्वातंत्र्याचा लढा हा परक्या ब्रिटिश सत्तेशी होता; तर सामाजिक स्वातंत्र्याचा लढा हा स्वकीय वर्णवर्चस्ववादी लोकांशी होता; ते आपल्याच बांधवांना सामाजिक समतेचे हक्क नाकारत होते. फुले-शाहू-आंबेडकर यांचा लढा हा अशा प्रकारे सामाजिक समतेच्या, सामाजिक न्यायाच्या, प्रस्थापनेसाठी होता. यालाच डॉ. आंबेडकरांनी 'सामाजिक लोकशाही' असे म्हटले आहे आणि राजर्षी शाहू छत्रपतींचा गौरव करताना त्यांना, 'The Pillar of Socil Democracy in India' असे संबोधले आहे. राजकीय लोकशाही मूठभर वरिष्ठ वर्णीयांसाठी होती; तर सामाजिक लोकशाही तमाम मागासवर्गीयांसाठी होती. त्यामध्ये महार, मांग, चांभार व ढोर यांसारखे अतिशूद्र, साळी, माळी, कोळी, लोहार, सुतार यांसारखे शूद्र आणि मोठ्या प्रमाणावर शेती करणारा कुणबी-मराठा समाज यांचा समावेश होता. हा मराठा

समाजही तत्कालीन ब्राह्मणवर्गाकडून 'शूद्र' मानला गेला होता. थोडक्यात समाजातील ३ टक्के ब्राह्मण सोडल्यास उरलेला सर्व समाज हा 'शूद्र' मानला जात होता.

बहुजन समाजाचा पहिला वाली-म.फुले

१९ व्या शतकात शूद्रातिशूद्रांचा बहुजन समाज अज्ञान, अंधश्रद्धा व दारिद्र्य यांनी गांजून गेला होता. पुरोहितशाही, सावकारशाही व सरकारी नोकरशाही यांच्याकडून तो पिळला जात होता. त्यातच दुष्काळासारख्या आपत्तींची भर पडत असे. लाखो लोक भूकबळी ठरत. अशा या समाजाला कोणी वाली नव्हता.

मागासवर्गीय बहुजन समाजाच्या दुःखाला वाचा फोडणारा पहिला वाली मिळाला तो म. जोतिराव फुले यांच्या रूपाने. बहुजन समाजाच्या सर्व दैन्याचे मूळ त्याच्या अज्ञानात व अंधश्रद्धेत आहे व या दोषांचे निर्मूलन करण्यास 'शिक्षणा' शिवाय दुसरा उपाय नाही, हे म. फुले यांनी जाणले. अज्ञान म्हणजे अविद्या, तिनेच शूद्रांना कसे हीनदीन करून टाकले आहे, याची मीमांसा करताना ते म्हणतात-

''विद्येविना मती गेली। मतीविना नीती गेली।।
नीतीविना गती गेली । गतीविना वित्त गेले।।
वित्ताविना शूद्र खचले । इतके अनर्थ एका अविद्येने केले।।''

म. फुले यांनी अविद्येचे केवळ परिणाम सांगितले नाहीत तर ती नष्ट करण्यास प्रत्यक्ष कृतीस प्रारंभ केला. शूद्रातिशूद्र मुला-मुलींसाठी त्यांनी पुण्यात शाळा सुरू केल्या. स्वतःच्या पत्नीस सुशिक्षित करून तिला मुलींच्या शाळेत शिक्षिका बनवले. शिक्षण वरून खाली झिरपले पाहिजे, हा लॉर्ड मेकॉलेचा सिद्धांत म. फुल्यांनी उधळून लावला. शिक्षण खालून वर गेले पाहिजे, हा नवा सिद्धांत प्रतिपादन केला. हा सामाजिक समतेचा, सामाजिक न्यायाचा, सिद्धांत होता.

सत्यशोधक समाजाची स्थापना

ब्राह्मणांची धर्माच्या आणि विद्येच्या क्षेत्रांत निर्माण झालेली मक्तेदारी,

त्यांनी धर्मातील व समाजातील वरिष्ठ स्थानाच्या अधिकाराने शूद्रातिशूद्रांवर लादलेली गुलामगिरी, भटपुरोहितांकडून रयतेची विविध मिषांनी होणारी लुबाडणूक, सरकारी खात्यांत भट कामगारांकडून होणारी पिळवणूक या ब्राह्मणशाहीच्या सर्वंकष वर्चस्वाविरुद्ध मागासलेल्या व अज्ञानी बहुजन समाजाच्या वतीने म. फुल्यांनी बंडाचे पहिले निशाण उभारले आणि शतकानुशतके बलदंड व शिरजोर झालेल्या ब्राह्मणशाहीला १९ व्या शतकाच्या उत्तरार्धात उघडउघड आव्हान दिले.

आपल्या 'ब्राह्मणांचे कसब', 'गुलामगिरी', 'शेतकऱ्यांचा आसूड' इत्यादी ग्रंथांतून म. फुल्यांनी जुलमी ब्राह्मणशाही व तिचा बनावट ब्राह्मणीधर्म यांची चिरफाड करून तिचे मर्मभेदी चित्र बहुजन समाजासमोर उभे केले. ब्राह्मणी वर्चस्वाची व त्यांतून उद्भवणाऱ्या सर्वंकष गुलामगिरीची एक नवी समाजशास्त्रीय उपपत्तीच त्यांनी मांडली.

म. फुले हे केवळ ब्राह्मणी वर्चस्वाची समाजशास्त्रीय उपपत्ती सांगून थांबले नाहीत तर या वर्चस्वाविरुद्ध संघर्ष करण्यासाठी त्यांनी १८७३ साली 'सत्यशोधक समाज' या संघटनेची स्थापना केली. आपण सर्व जण एकाच ईश्वराची लेकरे असून, त्याची भक्ती करण्यासाठी मध्यस्थाची गरज नाही, ही या 'समाजा'ची प्रमुख भूमिका होती. 'समाजा'च्या अनुयायांनी बनावट ब्राह्मणी धर्माचा त्याग करून सत्यमार्गाची शिकवण देणाऱ्या 'सत्यधर्मा'ची कास धरावी, म्हणून त्यांनी 'सार्वजनिक सत्यधर्म पुस्तक' हा ग्रंथ रचला. या ग्रंथात त्यांनी मानवी स्वातंत्र्य, समता व विश्वबंधुत्व या तत्त्वत्रयींचा पुरस्कार करून अखिल मानवजातीस गवसणी घालणाऱ्या, 'सर्वविश्व' हेच एक कुटुंब आहे, अशी व्यापक 'विश्वधर्मा'ची बैठक असणाऱ्या 'मानवधर्मा'ची स्थापना केली. म. फुल्यांचा हा ग्रंथ म्हणजे सत्यशोधकांचे 'बायबल' होते. शेकडो वर्षे अज्ञान व दारिद्र्य यांच्या गर्तेत पडलेल्या बहुजन समाजाच्या उद्धाराचा तो एक 'मानवी हक्कांचा जाहीरनामा'च होता.

मागासवर्गीय बहुजन समाजाच्या सामाजिक मुक्तीसाठी शिक्षण ही गुरुकिल्ली आहे, हे जाणून म. फुल्यांनी हयातभर मोफत व सक्तीच्या शिक्षणाचा आग्रह धरला. सन १८८२ च्या ब्रिटिशांच्या 'हंटर कमिशन'समोर दिलेल्या साक्षीत सरकारने १२ वर्षांच्या आतील सर्व मुला-मुलींना प्राथमिक शिक्षण मोफत द्यावे, म्हणून त्यांनी मागणी केली होती.

राजर्षी शाहू महाराजांनी म. फुल्यांच्या विचारांचा व कृतीचा वारसा पुढे चालविला. शिक्षणाची महती सांगताना ते म्हणाले होते, "शिक्षणानेच आमचा तरणोपाय आहे, शिक्षणाशिवाय कोणत्याही देशाची उन्नती झाली नाही, असे इतिहास सांगतो. अज्ञानात बुडून गेलेल्या देशात उत्तम मुत्सद्दी व लढवय्ये वीर कधीही निपजणार नाहीत. म्हणूनच सक्तीच्या व मोफत शिक्षणाची हिंदुस्थानला अत्यंत आवश्यकता आहे."

राजर्षी शाहू छत्रपतींनी शिक्षणाची महती तर सांगितलीच, पण पुढे होऊन सन १९१७ साली त्यांनी आपल्या राज्यात 'मोफत व सक्तीच्या शिक्षणाचा कायदा' अमलात आणला. राजर्षी दरवर्षी प्राथमिक शिक्षणावर एक लाख रुपये खर्च करत होते. पुढे ही रक्कम तीन लाखांवर पोहोचली. या कायद्यान्वये शिक्षणास योग्य वयाची मुले शाळेत पाठविण्याची आई-बापांवर सक्ती करण्यात आली. त्यात कोणी हयगय केल्यास दंडात्मक कारवाईचीही उपाययोजना केली गेली.

राजर्षींकडून सत्यशोधक चळवळीस प्रोत्साहन

मागासवर्गीयांना शिक्षणाच्या साहाय्याने सामाजिक व धार्मिक गुलामगिरीतून मुक्त करणे, हे म.फुल्यांच्या सत्यशोधक समाजाच्या धोरणाचाच एक महत्त्वाचा भाग होता, हे येथे लक्षात घेतले पाहिजे. शूद्रातिशूद्रांची सामाजिक व धार्मिक गुलामगिरीतून मुक्तता करण्यासाठी म. जोतिराव फुल्यांनी सन १८७३ मध्ये सत्यशोधक समाजाची स्थापना केली खरी; तथापि, त्यांच्या निधनानंतर 'समाजा'च्या कार्याची गती मंदावत गेली. पुढे काही कालाने कोल्हापुरात वेदोक्त प्रकरण उपस्थित झाले. त्यातून उभा महाराष्ट्र ढवळून निघाला. ब्राह्मणशाहीच्या उद्दाम वृत्तीशी संघर्ष करणाऱ्या सत्यशोधक समाजाच्या पुनरुज्जीवनाची, बहुजन समाजातील विचारवंतांना व पुढाऱ्यांना आवश्यकता भासू लागली. परिणामी, १९१० साली, मुंबईत महर्षी वि. रा. शिंदे यांच्या अध्यक्षतेखाली सत्यशोधक समाजाची परिषद आयोजित केली गेली. या परिषदेत म. फुल्यांच्या तत्त्वांनुसार सत्यशोधक समाजाची ध्येयधोरणे जाहीर करण्यात आली. त्यामध्ये, सर्व मानव ईश्वराची (निर्मिकाची) लेकरे असून त्याला प्रसन्न करण्यासाठी कुणा मध्यस्थाची गरज नाही, हे प्रमुख सत्यशोधकी

नाम. भास्करराव जाधव

तत्त्व घोषित केले गेले. पुढच्या सालची परिषद नाशिक येथे डॉ. लाड यांच्या अध्यक्षतेखाली भरविली होती.

वेदोक्ताच्या संघर्षामुळे ब्राह्मणशाहीशी सामना करण्याचे मानसिक धैर्य कोल्हापूरच्या कार्यकर्त्यांत उत्पन्न झाले होते. भास्करराव जाधव, आण्णासाहेब लठ्ठे यांसारखे सत्यशोधकी बुद्धिवंत आणि बहुजनांचा कैवार घेणारे खुद्द छत्रपती शाहू महाराज, यांच्या अस्तित्वाने कोल्हापूरची भूमी सत्यशोधक चळवळीच्या पुनरुज्जीवनास विलक्षण अनुकूल बनली होती. परिणामी ११ जाने. १९११ रोजी कोल्हापुरात सत्यशोधक विचाराच्या मंडळींनी एकत्र येऊन सत्यशोधक समाजाची स्थापना केली. शाहू महाराजांचीच प्रेरणा त्यामागे असल्यामुळे, 'श्री शाहू सत्यशोधक समाज' असे त्याचे नाव ठेवले गेले. या वेळी भास्करराव जाधवांची अध्यक्ष म्हणून, आण्णा-साहेब लठ्ठ्यांची उपाध्यक्ष म्हणून महादेवराव डोंगरे यांची मुख्याधिकारी म्हणून तर हरिभाऊ चव्हाण यांची कार्यवाह म्हणून निवड करण्यात आली. जाधव, लठ्ठे आणि डोंगरे हे सर्व जण संस्थानच्या सेवेत मोठ्या हुद्यांवर असणारी मंडळी होती. राजर्षी शाहू महाराजांच्या संमतीशिवाय ते अशा

प्रो. अण्णासाहेब लठ्ठे

प्रकारच्या कार्यात पुढाकार घेऊ शकले नसते. महाराजांची केवळ संमतीच नव्हे तर पूर्ण सक्रिय प्रोत्साहन या कार्यास मिळाले होते, हे त्यांनी पुढे सत्यशोधक समाजास केलेल्या साहाय्यावरून स्पष्ट होते.

कोल्हापुरात सत्यशोधक समाजास हाडाचे कार्यकर्ते लाभले. बाबूराव यादव, नानासाहेब मुळीक हे त्यांपैकी होते. ब्राह्मण पुरोहिताशिवाय आपले धार्मिक विधी 'सत्यशोधकी पद्धती'ने करायचे, असे ठरवून त्यांनी पुढच्याच साली मराठा पुरोहिताकडून कोल्हापुरातील पहिली श्रावणी घडवून आणली - (१९१२). ही वार्ता बाहेर पडताच ब्राह्मण वर्गात मोठी खळबळ माजली. त्याच दिवशी यादव व मुळीक यांच्या नेतृत्वाखाली, मराठा समाजातील सुमारे १५० लोकांनी एकत्र येऊन एका जाहीर पूजेचा विधी घडवून आणला. या विधीच्या शेवटी ब्राह्मण पुरोहितशाहीच्या मक्तेदारीतून बहुजन समाजाच्या 'मनाची मुक्तता होवो', अशी सार्वजनिक प्रार्थनाही करण्यात आली. सत्यशोधक कार्यकर्त्यांच्या या कृत्यांचे अनुकरण कोल्हापुरात ठिकठिकाणी होऊ लागले. लोक धाडसाने आपले धार्मिक विधी ब्राह्मण भटजीच्या साहाय्याविना करू लागले.

एकट्या कोल्हापुरात १९१२ साली २००; १९१३ साली २६६; तर १९१४ साली २९९ लग्नविधी 'सत्यशोधक पद्धती'ने पार पडले. याशिवाय इतर धार्मिक विधींची संख्या वेगळीच होती. अशा प्रकारे ब्राह्मण पुरोहितांस बाजूला सारून, आपल्याच ज्ञातीच्या पुरोहितांकडून आपले धार्मिक विधी करण्याची लाट कोल्हापुरात उत्पन्न होऊन, ती संस्थानातील खेड्यापाड्यांत पसरू लागली. त्यातून मराठा पुरोहितांना प्रशिक्षण देण्याची कल्पना पुढे आली. भास्करराव जाधवांच्या मार्गदर्शनाखाली जुलै १९१३ मध्ये, कोल्हापुरात 'सत्यशोधक शाळा' स्थापन केली गेली. अर्थात या सर्व प्रयत्नांमागे राजर्षी शाहू महाराजांचा आशीर्वाद होताच.

'सत्यशोधक शाळेत' शिक्षक म्हणून नेमलेले विठ्ठलराव डोणे हे राजवाड्यावरील एक सेवकच होते. दुसरे दोन सत्यशोधक कार्यकर्ते हरिभाऊ चव्हाण व श्रीपतराव शिंदे, हेही त्या शाळेत शिकवत असत. त्यांचाही पगार महाराजांकडून दिला जात असे. शाळेला इमारत, जागा इत्यादी सुविधाही महाराजांकडून प्राप्त झाल्या होत्या. थोडक्यात,

महाराजांच्या आश्रयावरच ही शाळा चालू होती. शाळेचा अभ्यासक्रम भास्कररावांच्या मार्गदर्शनाखाली तयार झाला होता. त्यासाठी धार्मिक विधींचे शिक्षण देणारे 'घरचा पुरोहित' यांसारखे ग्रंथही तयार केले होते.

१४ फेब्रु. १९१४ रोजी, कोल्हापुरात बादशहा एडवर्ड व महाराणी अलेक्झांड्रा यांच्या पुतळ्यांना कोणी अज्ञाताने डांबर फासले. यामुळे सर्व मुंबई इलाख्यात खळबळ माजली. राजर्षी शाहू महाराज ब्रिटिशांचे मांडलिक संस्थानिक असल्याने त्यांच्या स्थानास व प्रतिष्ठेस जबर धक्का बसला. तथापि, या घटनेचा फायदा कोल्हापूर दरबारातील एका गटाने घेऊन डांबर प्रकरणाचे खापर सत्यशोधकांच्या नेत्यांवर फोडले आणि त्यांना त्यात गुंतवण्याचा प्रयत्न केला;पण त्यात त्यांना यश आले नाही.

राजर्षींचे सत्यशोधकी प्रयोग

तथापि, १९१६ सालापासून पुन्हा भास्करराव जाधव, लठ्ठे, डोंगरे प्रभृती सत्यशोधक समाजाच्या कार्यात पूर्ववत भाग घेऊ लागले. राजर्षी शाहू महाराजही या चळवळीला उघडपणे साहाय्य करू लागले. हे साहाय्य त्यांच्या कारकिर्दीच्या अंतापर्यंत चालूच राहिले. 'सत्यशोधक समाजा'ची ही चळवळ येथून पुढे महर्षी शिंदे, श्रीपतराव शिंदे, वालचंद कोठारी, भगवंतराव पाळेकर, मुकुंदराव पाटील आदी नव्या दमाच्या नेत्यांच्या सहभागामुळे अधिक गतिमान झाली.

शाहू छत्रपतींनी आपल्या कारकिर्दीत संस्थानातील व संस्थानाबाहेरच्या अनेक सत्यशोधक कार्यकर्त्यांना भरीव अर्थसाहाय्य आणि नैतिक पाठिंबा दिल्याची अनेक उदाहरणे आहेत; पण त्याहून महत्त्वाचे म्हणजे त्यांनी सत्यशोधक समाजाच्या कार्याला पूरक असे तीन महत्त्वाचे निर्णय घेऊन ते अमलात आणले. त्यांपैकी पहिला निर्णय म्हणजे त्यांनी राजवाड्यातील देव-देवतांच्या व पूर्वजांच्या पूजा आजवर ज्या ब्राह्मण पुरोहितांकडून होत होत्या, त्या बंद करून त्या मराठा पुरोहितांकडून सुरू करण्याचा हुकूम दिला.

महाराजांचा दुसरा निर्णय म्हणजे मराठा पुरोहित तयार करण्यासाठी खास प्रशिक्षण शाळा स्थापन करण्याचा. ६ जुलै १९२० रोजी,

'शिवाजी क्षत्रिय वैदिक पाठशाळा' (वैदिक स्कूल) या नावाची वैदिक शिक्षण देणारी संस्था मामासाहेब खानविलकरांच्या अध्यक्षतेखाली अस्तित्वात आली. आरंभी या शाळेत १४ विद्यार्थी होते. वर्षाच्या शेवटी त्यांची संख्या ६२ वर गेली. महाराजांचा तिसरा महत्त्वाचा निर्णय याच साली झाला. तो म्हणजे पाटगावला मौनी महाराजांच्या पीठावर क्षात्रजगद्गुरुंची स्थापना करण्याचा. या निर्णयामुळे महाराजांनी हिंदूंचा ब्राह्मणी धर्मगुरू शंकराचार्य यांच्या वर्णवर्चस्ववादी जोखडातून मराठा समाजाची मुक्तता करून त्यांना स्वत:चा धर्मगुरू मिळवून दिला.

त्या काळी सत्यशोधक समाजाच्या तत्त्वांचा प्रसार करणारे 'सत्यशोधक जलसे' सर्व महाराष्ट्रभर उदयास आले. त्यामागे राजर्षी शाहू महाराजांचीच प्रेरणा व साहाय्य होते. खेड्यापाड्यांतील अज्ञ जनतेचे 'तमाशा' हे एक अत्यंत लोकप्रिय असे करमणुकीचे साधन होते. महाराजांची बहुजन समाजाची ही नस अचूकपणे पकडून करमणूकप्रधान तमाशाचे रूपांतर 'सत्यशोधक समाजा'च्या मतांचा प्रसार करणाऱ्या प्रबोधनप्रधान 'सत्यशोधकी जलशा'त केले. अनेक सत्यशोधक कार्यकर्त्यांना त्यांनी 'सत्यशोधक जलशां'ची पथके तयार करण्यास प्रोत्साहित केले.त्यामध्ये भीमराव महामुनी, भाऊराव पाटोळे, गणपतराव मोरे प्रभृतींचे 'जलसे' मुख्य होते. सातारा जिल्ह्यातील सत्यशोधक कार्यकर्ते भाऊराव पाटील (पुढे कर्मवीर झालेले) यांच्या सत्यशोधक जलशाने तर मोठी धमाल उडवून दिली होती.

अशा प्रकारे राजर्षी शाहू महाराजांच्या प्रेरणेने व साहाय्याने सत्यशोधक समाजाचे खरे पुनरुज्जीवन होऊन कोल्हापूर संस्थानातच नव्हे तर संस्थानच्या बाहेर सातारा, पुणे, नगर, खानदेश, वऱ्हाड इत्यादी महाराष्ट्राच्या अनेक भागांत सत्यशोधक चळवळ फोफावत गेली. परिणामी सत्यशोधक, तसेच ब्राह्मणेतर चळवळीतील कार्यकर्ते महाराजांना प्रेरणास्थानी मानू लागले.

राजर्षी शाहू महाराजांचे निधन झाल्यावर कोल्हापुरात पंचगंगा नदीच्या तीरावर त्यांच्यावर अंत्यसंस्कार केले गेले. हे अंत्यसंस्कार महाराजांनीच स्थापन केलेल्या 'वैदिक स्कूल'मधील मराठा विद्यार्थ्यांकडून केले गेले. पूर्वी छत्रपतींचे अंत्यसंस्कार, ब्राह्मण पुरोहितांकडूनच केले जात असत. या वेळी राणी लक्ष्मीबाईंनी व नूतन छत्रपती राजाराम

महाराज यांनीच ती प्रथा मोडून काढली.

राजर्षी : सत्यशोधक चळवळीचा उजवा हात

राजर्षी शाहू महाराजांच्या निधनाने सत्यशोधक चळवळीचे मोठे नुकसान झाले. त्यांना श्रद्धांजली वाहताना, अनेक थोरामोठ्यांनी, महाराजांनी केलेल्या सत्यशोधक समाजाच्या पुनरुज्जीवनाच्या कार्याचा गौरव केलेला आढळतो. थोर सत्यशोधक पुढारी 'जागृति'कार भगवंतराव पाळेकरांनी म्हटले होते की, महाराजांच्या जाण्याने सत्यशोधक चळवळीचा उजवा हातच गळून पडला आहे. त्या काळातील बहुजन समाजाचे दुसरे एक सत्यशोधक पत्रकार खंडेराव बागल यांनी महाराजांच्या सत्यशोधकी कार्याचा गौरव करताना उद्‌गार काढले होते, "महाराजांनी एका हातात सत्यसमाज आणि दुसऱ्या हातात समता, ही निशाणे घेऊन सर्व महाराष्ट्रभर म. फुल्यांची तत्त्वे सर्वांसमोर मांडली." सारांश, त्या काळातील सर्वच विचारवंतांची व कार्यकर्त्यांची अशी भावना होती की, शाहू महाराजांनी म. फुल्यांचे सत्यशोधक समाजाचे कार्य नुसतेच पुढे नेले नाही; तर त्याचा सर्व महाराष्ट्रभर प्रसार केला.

तथापि, शाहू छत्रपतींच्या सत्यशोधकी कार्याचा सर्वांत मोठा गौरव केला गेला तो खुद्द म. गांधी यांच्याकडून. त्यांनी एका मुलाखतीत - "सत्यशोधक समाजाच्या तत्त्वांप्रमाणे छत्रपती शाहू महाराजांनी अस्पृश्यता नष्ट केली. हा त्यांनी स्वराज्याचा खरा पायाच घातला आहे," असे उद्‌गार काढले होते. यापेक्षा शाहू महाराजांच्या सत्यशोधकी कार्याचा अन्य गौरव कोणता असू शकेल?

❖

५

संगीतसूर्य केशवराव भोसले

"केशा म्हणजे तळपती तलवार आहे.
ती जर हाती मिळाली तर तुम्ही जग जिंकाल!"

– राजर्षी शाहू महाराज

राजश्री शाहू छत्रपती महाराज यांच्या रूपाने मराठी मुलखाला एका आगळ्या-वेगळ्या राजाचे दर्शन घडले. सामाजिक क्षेत्रात त्यांनी केलेल्या कार्यामुळे एक समाजक्रांतिकारक राजा म्हणून त्यांचे महाराष्ट्राच्याच नव्हे तर भारताच्या इतिहासात अमर स्थान निर्माण झाले आहे. पण केवळ सामाजिक क्षेत्रातच नव्हे तर कला, साहित्य, क्रीडा, कृषी, उद्योग अशा अनेक क्षेत्रांत त्यांनी नवे युग उदयास आणले. कलेच्या क्षेत्रात संगीत, नाट्य, चित्रकला, इत्यादी अनेक कलांना त्यांनी राजाश्रय दिला. अल्लादियाखाँ, आबालाल रहिमान, बाबूराव पेंटर, केशवराव भोसले, बालगंधर्व अशी नुसती त्याकाळची नावे जरी नजरेसमोर आणली, तरी शाहू महाराजांनी कलेच्या क्षेत्रात 'सुवर्णयुग' कसे अवतीर्ण केले होते, याची प्रचिती येते. कोल्हापूरच्या मातीतच असे काही गुण आहेत, की

त्यावर अशा कलावंतांचे पिंड पोसले जावेत. नाही तर अठराविश्व दारिद्र्य असणाऱ्या, पित्याचे छत्र हरवलेल्या एका कुटुंबात महाराष्ट्राचा संगीतसूर्य निर्माणच झाला नसता.

स्वदेश-हितचिंतक मंडळीत प्रवेश

एखाद्या माणसाच्या आयुष्यात असे काही प्रसंग येतात, की त्यामुळे त्यांच्या सर्व आयुष्यालाच वेगळे वळण लागते. त्यास आपण योगायोग म्हणतो. असाच एक योगायोग केशवरावांच्या बालपणातच त्यांच्या वाट्याला आला. त्यांच्या वयाच्या ४थ्या वर्षीच त्यांचे वडील स्वर्गवासी झाल्यावर त्यांच्या मातोश्रीने आपल्या चार मुलांना घेऊन जनुभाऊ निमकर यांच्या नाटक मंडळीत आश्रय घेतला. जनुभाऊ किर्लोस्कर कंपनीत होते. पण तेथून बाहेर पडून त्यांनी कोल्हापुरात शाहू महाराजांच्या आश्रयाखाली 'स्वदेश हितचिंतक मंडळी' नावाची एक नाटक कंपनी स्थापन केली होती. जनुभाऊजवळ केवळ माणुसकीच नव्हे तर माणसांची पारखही होती. त्यांनी या निराधार कुटुंबाला आपल्या कंपनीत आधार दिला. केशवरावांच्या मातोश्रीनेही अपार कष्ट सोसून आपल्या मुलांना वाढवले. नाटक कंपनी या मुलांचे घरच नव्हे तर शाळाही बनली.

केशवरावांना अभिनयाचे व गायनाचे बाळकडू वयाच्या ४थ्या वर्षापासूनच मिळत गेले. त्या दोन्ही कलांचे संस्कार कळत नकळत त्यांच्यावर होत गेले. या मुलाला कलेची आवड आहे, शिवाय हा हुशारही आहे, हे चाणाक्ष जनुभाऊंच्या ध्यानात येताच त्यांनी आपल्या कंपनीतीलच गोविंदशास्त्री दातार आणि दत्तुबुवा जांभेकर या शास्त्रीय गायकांची त्याला शिकवणी लावली. केशवरावांना अभिनयाचे धडे प्रत्यक्ष नाटकांच्या प्रयोगांतून मिळतच होते. आता शास्त्रीय गायनाचे धडे ते गिरवू लागले. केशवरावांमधील नट व गायक असा घडत गेला.

'संगीतसूर्य' केशवराव भोसलेंचा जन्म

आणि एके दिवशी आणखी एक योग जुळून आला. 'शारदा' हे देवलांचे गाजलेले नाटक. जनुभाऊंच्या कंपनीने त्या नाटकाचा प्रयोग

ठेवलेला असतानाच शारदेची भूमिका करणारा नट तापाने फणफणला. जनुभाऊंसमोर मोठा कठीण प्रसंग उभा राहिला. कारण त्या दिवशी खुद्द शाहू महाराज 'शारदा' पाहावयास येणार होते. नाटक रद्द करून चालणार नव्हते. विमनस्क अवस्थेत जनुभाऊ बसले असता त्यांच्या शेजारी उभा असलेला केशव म्हणाला, ''आज मी शारदेचा पार्ट करू?''

जनुभाऊ आश्‍चर्याने उद्गारले, ''काय म्हणतोस? शारदेचा पार्ट?''

दहा वर्षांच्या केशवने उत्तर दिले, ''होय, बघा तर खरं. चुकलो तर दोन थोबाडीत द्या.'' केशवचे बोलके डोळे विलक्षण तेजाने चमकत होते. प्रचंड आत्मविश्‍वास प्रकट करत होते. जनुभाऊंनी त्यास आनंदाने होकार दिला.

पुढे घडले ते विलक्षण होते. केशवने शारदेची भूमिका कसलेल्या नटासारखी तर केलीच; पण तिच्या प्रत्येक गाण्याला 'वन्स मोअर' घेतला. शारदेच्या 'मूर्तिमंत भीती उभी' या गाण्याला तब्बल सहा वन्समोअर मिळाले. सातव्यांदा जेव्हा प्रेक्षकांनी आग्रह चालवला त्यावेळी कंपनीचे मॅनेजर रावजी म्हैसकर स्टेजवर येऊन हात जोडून म्हणाले, ''आता प्रेक्षकांनी कृपा करावी. मुलाचे वय पाहता आग्रह करू नये!'' तेव्हा समोर बसलेले शाहू छत्रपती म्हणाले, ''आणखी एकदाच रे म्हैसकर!''

त्याच दिवशी शाहू महाराजांच्या साक्षीने मराठी रंगभूमीवर 'संगीतसूर्य' केशवराव भोसलेंचा उदय झाला. येथून पुढे केशवरावांनी मागे वळून कधी पाहिलेच नाही. कलेच्या क्षेत्रातील वैभवाची शिखरे पादाक्रांत करीतच ते राहिले. अगदी अखेरपर्यंत.

विदर्भातील दादासाहेबांची शाबासकी

पुढच्याच वर्षी स्वदेश-हितचिंतक मंडळींचा मुक्काम अमरावतीस असताना असाच एक प्रसंग घडला. अमरावतीचे दादासाहेब खापर्डे म्हणजे लो.टिळकांचे उजवे हात. त्यांचे स्नेही वीर वामनराव जोशी हे जाज्वल्य देशभक्त व साहित्यिक. दोघांच्याही नसानसांतून स्वदेशभक्ती सळसळत असे. त्या काळी शिवजयंती उत्सव हे लोकजागृतीचे व

राष्ट्रप्रेम निर्मितीचे एक मोठे प्रभावी साधन मानले जाई. त्याप्रसंगी देशभक्तीपर गीते आवर्जून गायली जात. एके दिवशी दादासाहेबांनी जनुभाऊंच्या नाटक मंडळीस भेट दिली. तेव्हा त्यांचे लक्ष किशोर अवस्थेतील केशवरावांच्या राजबिंड्या व्यक्तिमत्त्वाकडे आणि मर्दानी आवाजाकडे गेले. जनुभाऊंनी त्यांना केशवरावांच्या 'शारदेची आठवण' शाहू छत्रपतींच्या शाबासकीसह सांगितली. तेव्हा दादासाहेबांनी निश्चय केला, की येत्या शिवजयंतीच्या कार्यक्रमाची सुरुवातच मुळी वीर वामनरावांच्या 'आर्यदेवीचा विलाप' या देशभक्तीपर गाण्याने आणि केशवरावांच्या गळ्याने करायची!

आणि त्यावर्षीच्या शिवजयंतीचा प्रारंभ केशवरावांनी गायलेल्या "ही आर्यदेवी विजयिनी, भाग्यशाली, परि दीनवाणी, सांगते आपुली कहाणी" या गीताने झाला. केशवरावांनी प्रत्येक कडव्यास राग बदलून आपल्या शास्त्रशुद्ध गायिकीने रसिकांना मंत्रमुग्ध करून सोडले. शेवटच्या कडव्यातील भैरवीने तर तमाम श्रोतृवर्ग भावनावश होऊन टाळ्यांचा गजर करू लागला. केशवरावांनी अमरावतीच्या रसिकांची मने काबीज केली. रसिकाग्रणी दादासाहेब खापर्डे तर आपल्या आसनावरून उठले आणि केशवरावांच्या गळ्यात हार घालून त्यांनी त्यांचे कौतुक केले. पाठीवर शाबासकी दिली. शाहू महाराजांच्या शाबासकीनंतर महाराष्ट्रात मिळालेली ही दुसरी शाबासकी होती!

ललितकलादर्शची निर्मिती व कोल्हापूर-बंदी

वयाच्या १८व्या वर्षापर्यंत केशवराव जनुभाऊंच्या स्वदेश-हितचिंतक मंडळीतच राहिले. केशवरावांच्यामुळे जनुभाऊंच्या नाटक मंडळीचा लौकिक व वैभव वाढले होते. याची जाणीव ठेवून त्यांनी केशवरावांना आपल्या कंपनीची तीन आण्यांची भागीदारीही दिली होती. पण केशवराव त्यावर समाधानी नव्हते. खरे तर त्यांना आता कोणाचेच बंधन नको होते. कलेच्या नभांगणात आता त्यांना स्वतःची अशी उत्तुंग भरारी घ्यायची होती.

आणि मग एके दिवशी केशवरावांनी स्वदेश-हितचिंतक मंडळींस रामराम ठोकला. शाहू महाराजांच्या कानावर ही गोष्ट गेली. त्यांनी

केशवरावांना बोलावून घेतले आणि कंपनी न सोडण्याचा आदेश दिला; पण त्यास केशवरावांनी नकार दिला. मग महाराज म्हणाले, "तर मग तू माझ्या कोल्हापूरकर संगीत नाटक मंडळींत येतोस का?" या प्रश्नावर "नंतर काय ते सांगतो." एवढे बोलून केशवराव उठून घरी आले. महाराजांना वाईट वाटले. आपण एवढे सांगूनही, आदेश देऊनही, हा आपले ऐकत नाही याचा त्यांना राग आला. खरे तर केशवरावांनी आपण स्वतःची एक कंपनी काढत आहोत, असे त्यांना सांगावयास हवे होते. पण तसे न सांगताच ते उठले आणि पुढे महाराजांना समजले, की केशवरावांनी हुबळीस जाऊन 'ललितकलादर्श' नावाची आपली स्वतःची एक कंपनी स्थापन केली आहे. स्वाभाविकच महाराजांच्या रागाचा स्फोट होऊन त्यांनी केशवरावांना कोल्हापुरात येण्यास बंदी घातली-(जाने. १९०८).

एखादी नाटक कंपनी काढणे, ही त्याकाळी काही सामान्य गोष्ट नसायची. त्यासाठी कोल्हापूरचे शाहू महाराज अथवा बडोद्याचे सयाजीराव महाराज यांच्यासारख्या राजेरजवाड्यांचा आश्रय घेतला जाई. केशवराव असा राजाश्रय घेण्याच्या विचाराचे नव्हते. त्यांचा लोकाश्रयावर विश्वास होता आणि म्हणूनच त्यांनी जनता जनार्दनाच्या आशीर्वादावर आपली कंपनी उभी केली होती. त्यामुळे आपल्या कंपनीची जाहिरात करीत असता ते मोठ्या सार्थ अभिमानाने 'खास लोकाश्रयाखाली' असे बिरुद घेत असत.

केशवरावांचे रंगभूमीवरील धाडस

जवळ असणाऱ्या तुटपुंज्या मिळकतीवर केशवरावांनी 'ललितकलादर्श' सुरू केली आणि विशेष म्हणजे पहिल्या पाचही प्रयोगांच्या वेळी आग, वादळवारे, पाऊस, जवळच्या लोकांचे मृत्यू यांसारख्या संकटांना त्यांना तोंड द्यावे लागले. पण अशा संकटांना डगमगणारे केशवराव नव्हते. त्यावर मात करून त्यांनी कंपनीस स्थिर खडकावर उभे केले आणि हळूहळू वैभवाच्या शिखरावर विराजमान केले. केशवराव मुंबईत चार प्रयोग करण्यासाठी आले; पण मुंबईकरांनी त्यांच्या संगीत नाटकांना आणि त्यांच्या अभिनयाला इतके डोक्यावर घेतले, की त्यांना तब्बल

चार महिने मुंबईतच प्रयोग करीत मुक्काम करावा लागला!

संगीतसूर्य केशवराव भोसले

केशवरावांच्या ठिकाणी धाडस व समाजाभिमुखता हे दोन गुण नांदत होते. खोट्या प्रतिष्ठेला आणि जुनाट परंपरांना त्यांनी किंमत दिली नाही. त्यांनी कलावंतांची कला ही त्याच्या जातीपातीपेक्षा श्रेष्ठ मानली; आणि त्या मूल्यांचे पालन स्वत: केले. हिराबाई पेडणेकर ही गणिका वर्गातील पहिली नाटककर्ती. तिने लिहिलेले 'दामिनी' हे नाटक रंगभूमीवर आणण्याचे धाडस किर्लोस्कर कंपनी दाखवू शकलेली नव्हती. ते धाडस केशवरावांनी दाखवले. 'ललितकले'च्या माध्यमातून त्यांनी 'दामिनी'च्या तथाकथित 'अकुलीन' नाटककर्तीला सामाजिक प्रतिष्ठा दिली.

केशवरावांच्या या धाडसी प्रयोगाचा गौरव करताना पु. ल. देशपांडे यांनी म्हटले आहे, ''या नाटकामुळे साहित्य-क्षेत्रातल्या दांभिकांच्या डोक्यावर लगड प्रहार करण्याचे श्रेय ललितकलेने मिळवले. कुलीन-अकुलिन हे माणुसकीला सोडून असलेले सुविचार मोठमोठ्या विद्वानांना फेकून देण्याचे धैर्य नव्हते; ते धैर्य केशवरावांनी दाखवले!''

'राक्षसी महत्त्वाकांक्षा' व 'मखमली पडदा'

जनुभाऊंच्या स्वदेश-हितचिंतक मंडळींत असताना वयाच्या ११व्या वर्षी केशवरावांनी अमरावतीत वीर वामनराव जोश्यांचे 'आर्यदेवीचा विलाप' हे गीत गाऊन अमरावतीकरांची वाहवा संपादन केली होती. आता स्वतःची कंपनी काढल्यावर केशवरावांनी विदर्भाच्या दौऱ्यात अमरावतीच्या मुक्कामात वीर वामनरावांना कंपनीत बोलावून त्यांचा भावपूर्ण सत्कार केला आणि आपल्यासाठी देशभक्तीची प्रेरणा देणारे

एखादे नाटक लिहून द्यावे, असा प्रेमाचा आग्रह केला. वीर वामनरावांनी तो मानला आणि त्यातून पुढे गाजलेल्या त्यांच्या 'राक्षसी महत्त्वाकांक्षा' या नाटकाचा जन्म झाला.

हे नाटक रंगभूमीवर आणणे म्हणजे एक जुगारच आहे, असे खुद्द नाटककारासच वाटत होते. पण केशवराव हा जुगार खेळले आणि प्रचंड खर्च करून त्यांनी 'राक्षसी महत्त्वाकांक्षा' रंगभूमीवर आणले. या नाटकाचा दि. २० सप्टेंबर, १९१३ रोजीचा पहिला प्रयोग म्हणजे एक ऐतिहासिक घटना मानली जाते. कारण त्या दिवशी केशवरावांनी मराठी रंगभूमीला हा खास अलंकार भेट दिला होता. तो म्हणजे दर्शनी भागावर फ्लड लाइटच्या झोतात चमकणारा 'मखमली पडदा.' मराठी नाटकातील हा 'मखमली पडदा' ही केशवरावांची महाराष्ट्राला देण आहे, हे आज कोणी आपणास सांगितले, तरी खरे वाटणार नाही!

'राक्षसी महत्त्वाकांक्षा' हे केशवरावांचे नाटक महाराष्ट्रात विलक्षण गाजले. त्यातून कंपनीला अमाप पैसा, कीर्ती व प्रतिष्ठा मिळाली. इतकी की केशवरावांची कंपनी एका गावाहून दुसऱ्या गावाला जात असता स्पेशल ट्रेनने प्रवास करत असे. कर्नाटकातील 'गदग' ते उत्तरेतील 'ग्वाल्हेर' हा कंपनीचा प्रवास स्पेशल ट्रेनने केशवरावांनी केला होता. नाटकातील पात्रांच्या पोशाखावर व अलंकारांवर तर त्यांनी वाटेल तसा पैसा खर्च केला. त्यांच्या केवळ कोटाला असणारी १५-१६ मोठी बटणे शुद्ध सोन्याची असत. यावरून केशवरावांच्या वैभवी राहणीमानाची कल्पना करता येते.

'पॅलेस थिएटर'चे उद्‌घाटन

सर्व महाराष्ट्रात केशवराव आपल्या पराक्रमाने गाजत होते. कीर्ती वैभवाच्या शिखरावर नांदत होते. पण कोल्हापूरकरांना मात्र त्यांच्या या लाडक्या कलावंताच्या कलेचे दर्शन होत नव्हते. कारण खुद्द शाहू महाराजांनीच त्यांना कोल्हापुरात प्रवेश करण्यास बंदी घातली होती! पण ही बंदी आता लवकरच उठवण्याची संधी चालून आली.

शाहू महाराजांनी कोल्हापुरात रोमन नाट्यगृहाच्या धरतीवर एक भव्य नाट्यगृह-पॅलेस थिएटर बांधले होते. त्याचे उद्‌घाटनाचे संयोजन

त्यांनी आपले बंधू बापूसाहेब महाराज यांच्यावर सोपवले होते. त्यांचे आणि केशवरावांचे फार प्रेमाचे संबंध होते. बापूसाहेब हे महाराजांप्रमाणेच कलाप्रेमी होते. सर्व महाराष्ट्रावर आपल्या नाट्यकलेने अधिराज्य करणाऱ्या केशवरावांना या उद्घाटनास बोलवावे आणि त्यांच्या कंपनीच्या नाटकानेच 'पॅलेस थिएटर'चे उद्घाटन करावे, असे त्यांनी योजले. महाराजांच्या कानावरही त्यांनी ही गोष्ट घातली आणि त्यांची संमतीही त्यांनी घेतली.

बापूसाहेबांनी लगेच केशवरावांच्या 'ललितकलादर्श' कंपनीला आणि 'किर्लोस्कर कंपनी'ला थिएटरच्या उद्घाटनाचे निमंत्रण धाडले. केशवरावानांही जन्मभूमीची ओढ होतीच. त्यांनी आनंदाने निमंत्रण स्वीकारले. आपल्या कंपनीच्या मोठ्या लवाजम्यासह कोल्हापूरला येऊन केशवरावांनी 'संगीत सौभद्र' या गाजलेल्या नाटकाच्या प्रयोगाने थिएटरचे उद्घाटन केले. याप्रसंगी राजवाड्यातील खाशा स्वाऱ्या, सरदार, जहागीरदार, इनामदार, नगरीतील प्रतिष्ठित रसिक लोक यांनी थिएटर गच्च भरून गेले होते. केशवराव 'सुभद्रे'च्या आणि त्यांचे बंधू दत्तोबा 'श्रीकृष्णा'च्या भूमिकेत होते. त्यांच्या अभिनयाने व गायनाने रसिक श्रोते मंत्रमुग्ध झाले. राजमाता तर एवढ्या प्रसन्न झाल्या, की त्यांनी केशवरावांकडे भरजरी मौल्यवान शालू भेट म्हणून पाठवून दिला. यावेळी शाहूराजांची प्रतिक्रिया काय राहिली, याविषयी इतिहास मौन बाळगून आहे. बहुदा त्यांचा केशवरावांवरील राग निवळला नसावा. केशवरावांच्याही ते ध्यानात आले असावे. कारण कार्यक्रम संपल्यावर ते लगेचच सकाळच्या रेल्वेने मुंबईस गेल्याची नोंद आहे.

शाहू महाराजांशी दिलजमाई

तथापि, बापूसाहेबांना शाहू महाराज व केशवराव यांची दिलजमाई व्हावी, असे मनापासून वाटत असावे आणि म्हणून लवकरच 'ललितकलादर्श'चा मुक्काम मिरजेस असता बापूसाहेबांनी तेथे जाऊन केशवरावांना कोल्हापुरास येऊन चांगला एक महिन्याचा मुक्काम करण्याचा आग्रह केला. पण केशवराव म्हणाले, "अहो बापूसाहेब, माझीही फार इच्छा आहे; पण महाराजांचा माझ्यावर राग आहे. उगाच कंपनीच्या

लोकांना त्रास झाला तर!'' त्यावर बापूसाहेबांनी त्यांना तसा काही त्रास वगैरे होणार नाही, आपण त्यास जबाबदार आहोत, असे आश्वासन दिले. तेव्हा केशवराव आपल्या कंपनीसह कोल्हापुरला यावयास तयार झाले. असे दिसते की, बापूसाहेब केशवरावांना भेटायला जाण्यापूर्वी त्यांचे महाराजांशी बोलणे झाले असावे. केशवरावांनी आपल्या कोल्हापुरात येऊन आपल्या कलेचा रसास्वाद येथील रसिकजनांना द्यावा, असेच महाराजांनाही मनापासून वाटत होते. म्हणून तर बापूसाहेब केशवरावांना आश्वासन देऊ शकले होते.

ठरल्याप्रमाणे केशवराव आपल्या कंपनीसह कोल्हापुरात आले. प्रथम महाराजांची भेट घेऊन, त्यांचा सत्कार करूनच पुढे कोल्हापुरातील प्रयोग सुरू करायचे, असे त्यांनी ठरविले होते. त्यासाठी त्यांनी खास पुण्याहून एक मोठा हार आणि फळफळावळ मागवली होती. महाराजांच्या भेटीत त्यांना मुजरा करून हार अर्पण केल्यावर केशवरावांनी त्यांच्या चरणांवर आपले मस्तक ठेवले; तेव्हा त्यांच्या भक्तिभावाने गहिवरून जाऊन महाराजांनी त्यांना उठवून आपल्या छातीशी धरले. या प्रसंगी थोडे धाडस करून केशवरावांनी त्यांना स्पष्टच विचारले, ''महाराज, मी तुमच्या कोल्हापूरचा. माझ्या कर्तबगारीने कोल्हापूरचे नाव महाराष्ट्रात गाजवत आहे; पण तुमचा पाठिंबा नाही. तो इतरांना मात्र मिळतो; उलट मला कोल्हापुरास येण्यास बंदी आहे, हे असे का?''

तेव्हा केशवरावांच्या पाठीवर हात फिरवित महाराज हसत हसत म्हणाले, ''केशव, अरे तू माझा आहेस, म्हणूनच हा एवढा राग!'' महाराजांचा राग केव्हाच पळून गेला होता; आणि त्याची जागा केशवरावांवरच्या मायेने घेतली होती. याचे प्रत्यंतर केशवरावांना त्यानंतर झालेल्या शाही भोजनाच्या वेळी आले. पंगतीत महाराजांनी एका बाजूस बंधू बापूसाहेब तर दुसऱ्या बाजूस केशवराव यांना घेतले होते! ही गोष्ट १९१६ सालातील आहे.

कोल्हापुरातील आपल्या महिन्याभराच्या मुक्कामात केशवरावांनी 'सौभद्र', 'मानापमान', 'राक्षसी महत्त्वाकांक्षा', 'मृच्छकटिक' या एकाहून एक सरस संगीत नाटकांची आकंठ मेजवानी करवीरवासियांना दिली. रसिकांनी त्यांना डोक्यावर घेतले. केशवरावांनी अमाप पैसा कमावला; पण तो आपल्या गाठीशी ठेवला नाही. कोल्हापुरातील मंदिरे, शिक्षण

संस्था व तालमी यांना तो मुक्तहस्ते दान करून टाकला. कोल्हापूरच्या अंबाबाईच्या मंदिराची शिखरे लक्ष दिव्यांनी पाजळली. नरसोबाच्या वाडीत गोरगरिबांसाठी पक्वान्नांची सहस्त्रभोजने केली. तालमीतील वस्तादांचे सत्कार करून त्यांना 'बादली फेटे' बांधले. अशा प्रकारे कोल्हापुरातील प्राप्ती इथेच वाटून टाकून रिकाम्या हाताने ते नाटकांच्या दौऱ्यावर निघाले. केशवरावांनी रंगभूमीवर अनेक विक्रम केले. त्यांच्या औदार्याचा हा (नाटकी नव्हे तर खराखुरा) विक्रम त्यांच्यापूर्वी व त्यांच्यानंतरही कोणी मोडलेला नाही. पुलंनी त्यांच्याविषयी म्हटले आहे, "केशवराव साक्षात चारुदत्त होते. त्यांच्या सुरांचा पल्ला जितका मोठा होता, त्याहून त्यांच्या औदार्याचा पल्ला अधिक मोठा होता!"

कोल्हापुरात खुल्या नाट्यगृहाचा अभूतपूर्व प्रयोग

शाहू महाराज म्हणजे 'रयतेचा राजा' होते. केशवराव, बालगंधर्व अशा दिग्गज गायकांची नाटके समाजातील उच्चभ्रू वर्ग अथवा पैसेवाला मध्यमवर्गच पाहू शकत होता. रोजीरोटी कमवणाऱ्या सामान्य माणसांना या भूलोकीच्या गंधर्वांचे सूर कानावर कसे पडणार? त्यांच्या कानावर अशा दिग्गजांच्या सुरांच्या फक्त सुरस कहाण्याच पडणार. महाराजांनी ठरवले, की आपल्या राज्यातील सामान्य माणसासही या महान कलावंतांच्या कलेचा आस्वाद घेता आला पाहिजे. त्यांनी केशवरावाला कोल्हापूरला येऊन 'पॅलेस थिएटर'च्या मागे खास बांधलेल्या कुस्तीच्या आखाड्याला लागून असणाऱ्या खुल्या नाट्यगृहामध्ये आपले नाटक सादर करण्याचा आदेश दिला, आणि त्याप्रमाणे राज्यात गावोगाव दवंडीही पिटली गेली. १९२० सालच्या फेब्रुवारीची तीन तारीख होती ती. त्या दिवशी रात्री आखाड्यात ३० हजार रसिकजन आपल्या लाडक्या कलावंताला पाहण्यास व ऐकण्यास जमले होते. त्यात ५ हजार स्त्रिया होत्या, हे त्या कार्यक्रमाचे केवळ एक वैशिष्ट्यच नव्हे तर तो त्या काळचा एक जागतिक विक्रमच होता. हा विक्रम अजूनपर्यंत कोणा मराठी कलावंताने मोडला असेल, असे वाटत नाही.

केशवरावांनी त्या दिवशी 'मृच्छकटिक' नाटक सादर केले. चारुदत्ताच्या 'रजनिकांत हा नभी उगवला...' यासारख्या आपल्या पदांनी केशवरावांनी

सप्तसुरांची 'बहारदार' आतषबाजी केली. रसिक श्रोते सुरांच्या सरींनी न्हाऊन निघाले. रात्र कधी संपली, हे कोणाच्याच ध्यानी आले नाही. आपल्या सामान्यांतल्या सामान्य प्रजाजनांस आपण केशवरावांच्या सुरांचा स्वर्गीय अनुभव देऊ शकलो, याचा शाहूरायांस मोठा संतोष झाला. केशवरावांना जवळ बोलावून त्यांनी त्यांना शाबासकी तर दिलीच; शिवाय तबकात चांदीचे १२०० रुपये घालून त्याचे पारितोषिक दिले. केशवरावांच्या इतर सहकाऱ्यांचे कौतुक करून महाराजांनी त्यांनाही रोख बक्षिसे दिली. केशवरावांनी मात्र आपले पारितोषिक कोल्हापुरातील सामाजिक संस्थांना देऊन टाकले आणि आपल्या सहकाऱ्यांकडून उसने पैसे घेऊन त्यांनी कोल्हापूरचा निरोप घेतला. दुर्दैवाने हा त्यांचा शेवटचाच निरोप ठरला.

शाहू महाराज अनेक कलावंतांचे आश्रयदाते होते. कलावंतांच्या कलेची उंची जाणण्याची गुणग्राहकता त्यांच्या ठिकाणी होती आणि म्हणूनच नाटककार भा. वि. वरेरकर यांनी आपले 'कुंजविहारी' हे नाटक महाराजांना अर्पण केले, त्यावेळच्या भेटीत ते त्यांना म्हणाले होते,"वरेरकर, तुम्ही मला नाटक अर्पण केलेत यात माझा मोठा मान आहे... आता माझा 'केशा' (केशवराव) स्वत: उभा राहिला आहे. त्याला एक नाटक लिहून द्या... पण केशवला मात्र विसरू नका. 'केशा' म्हणजे एक तळपती तलवार आहे. ती जर हाती मिळाली तर तुम्ही जग जिंकाल." सूर्यासारखे तळपणाऱ्या केशवरावांना फक्त कोल्हापूरचे शाहू छत्रपतीच 'केशा' म्हणू शकत होते!

संयुक्त मानापमान-रंगभूमीवरील एक अद्‌भुत प्रसंग

केशवरावांच्या यशाचा आलेख वरवर चढतच होता. अशा परिस्थितीत पुढच्याच वर्षी म्हणजे १९२१ साली मुंबईत झालेल्या 'संयुक्त मानापमान' या नाटकाचा प्रयोग त्यांच्या घोडदौड करणाऱ्या यशाच्या वाटचालीतील उत्कटबिंदू ठरला. म्हणजे महाराष्ट्राच्या कलाजीवनातील तो एक अद्‌भुत प्रसंग होता. त्या प्रसंगाचे साक्षीदार असणारे हे खरोखरच सुदैवी समजले पाहिजेत.

बालगंधर्व हेही केशवरावांप्रमाणेच एक महान कलावंत. तेही आपल्या

गुणांनी त्या काळी उच्च कोटीस पोहोचले होते. केशवराव व बालगंधर्व यामध्ये श्रेष्ठ कोण अशी चर्चा, वादविवाद, त्यांच्या रसिक वर्गात नेहमी होत असत. पण या दोघा कलावंतांत उजवे कोण, हे कोण ठरविणार! दोघेही आपापल्या परीने रसिकांच्या मनावर अधिराज्य गाजवणारे श्रेष्ठ गायक होते. या दोघांत स्पर्धा होती, पण असूया अथवा द्वेष भावना नव्हती. दोघेही एकमेकांचे मोठेपण जाणून होते. या दोघांनी एकत्र येऊन आपल्या कलेचा आविष्कार रसिकांसमोर घडवावा, असे अनेकांना वाटे. पण ते तोपर्यंत शक्य झाले नव्हते.

सुदैवाने लवकरच असा 'कपिलाषष्टी'चा योग जुळून आला. लो. टिळकांच्या स्मृतिप्रीत्यर्थ म. गांधींनी एक कोटी रुपयांचा 'स्वराज्य फंड' उभा करण्याचा संकल्प सोडला होता. या फंडास प्रत्येक देशभक्त आपल्या कुवतीनुसार हातभार लावत होता. या फंडासाठी बालगंधर्व व केशवराव या दोघांनी एकत्र येऊन संयुक्त मानापमानाचा प्रयोग करावा, अशी सूचना त्यांना स्वातंत्र्य चळवळीतील काही पुढाऱ्यांनी केली. केशवराव अशा प्रयोगास उत्सुक असल्याने त्यांनी ती सूचना लगेच स्वीकारली. पण 'मानापमाना'त बालगंधर्वांनी केशवरावांसमोर उभे राहण्याचा धोका पत्करू नये, असे संगीताचार्य भास्करबुवा बखले आणि नाट्याचार्य खाडीलकर यांनी त्यांना सल्ला दिला होता. पण संयुक्त प्रयोगास आपण नकार देणे म्हणजे हार मानण्यातलाच प्रकार होईल, असा विचार करून बालगंधर्वांनी शेवटी होकार दिला.

दि. ८ जुलै १९२१ रोजी मुंबईत 'बालिवाला नाट्यगृहा'त हा संयुक्त 'मानापमाना'चा अभूतपूर्व प्रयोग झाला. पाच रुपयांपासून सव्वाशे रुपयांपर्यंत तिकिटाचा दर असूनही सर्व तिकिटे अवघ्या ४० मिनिटांत संपली होती. पाच रुपयांचे तिकीट सव्वाशेला काळ्या बाजाराने विकले जात होते. केशवराव धैर्यधराच्या आणि बालगंधर्व भामिनीच्या भूमिकेत होते. त्या दिवशीच्या केशवरावांच्या गायकीचे वर्णन काय करावे! 'अपूर्व पराक्रम' या शब्दातही ते मावणार नाही. एकेका पदासाठी त्यांनी सात-सात वन्समोअर घेतले आणि प्रत्येक वेळी ते पद त्यांनी सर्वस्वी वेगळ्या शैलीत सादर केले. श्रोत्यांनी त्यांना अक्षरश: डोक्यावर घेतले.

त्या दिवशी बालगंधर्व आपल्या नैसर्गिक सुरेल आणि स्वर्गीय

आवाजात कसून गायले खरे; पण त्यांचा प्रभाव रसिकांवर फारसा पडला नाही. एका पदाखेरीज त्यांना वन्समोअर मिळाला नाही. तथापि, मराठी रंगभूमीवर चंद्र-सूर्याप्रमाणे प्रकाशमान झालेल्या त्या दोन महान नटांची ती ऐतिहासिक जुगलबंदी होती. पुलंनी या प्रयोगाविषयी लिहिले आहे, "सी. के. नायडूंनी मारलेल्या 'अकरा सिक्सर' ही जशी क्रिकेटच्या क्षेत्रातील अभूतपूर्व घटना आहे, तशीच 'केशव-नारायण' यांचा संयुक्त प्रयोग ही एक रंगभूमीवरची अभूतपूर्व घटना आहे... केशवराव व नारायणराव यांच्या गायनात डावं-उजवं काय शोधायचं? पण या 'संयुक्त मानापमाना'च्या प्रयोगात मात्र रसिकांनी 'केशवाय नमः' म्हटलं-असं इतिहास सांगतो!"

अशा प्रकारे केशवरावांनी त्या दिवशी बाजी मारली. त्यांच्या गायनातील तडफ, चैतन्य व प्रतिभा या गुणांनी अवघा महाराष्ट्र दिपून गेला. संगीत विश्वात सूर्यप्रभेप्रमाणे त्यांचे गुण प्रकाशमान झाले. रसिकजनांनी त्यांना 'संगीतसूर्य' ही पदवी बहाल केली.

खुद्द बालगंधर्वांनी या प्रयोगातील केशवरावांची सरशी प्रांजळपणे मान्य केली होती. त्यांनी एके ठिकाणी म्हटले आहे, "गुरुवर्य भास्करबुवांनी 'संयुक्त मानापमाना'तील प्रयोगाबद्दल नापसंती दाखवली होती. ती बरोबरच होती.केशवराव 'धैर्यधर' आणि मी 'भामिनी' असा जोडा रंगभूमीवर आल्यावर मी उणा पडेन, हे त्यांनी आधीच ओळखले होते. प्रत्यक्ष प्रयोगात केशवरावांनी मला खाऊन टाकले!" आपली हार एवढ्या निखळ मनाने बालगंधर्वांनी मान्य केल्याचे पाहून कोणीही रसिक त्यांच्यापुढे नतमस्तक झाल्याशिवाय राहणार नाही. खरोखरच या दोन महान कलावंतांमधील ही स्पर्धा इतकी पारदर्शक व निखळ होती, की देवांनाही त्यांचा हेवा वाटावा.

या संयुक्त प्रयोगाचे उत्पन्न किती व्हावे? तब्बल १६ हजार ८०० रुपये! त्या वेळचा हा नाटकाच्या उत्पन्नाचाही आकडा विक्रम प्रस्थापित करणारा असावा. त्या काळी सोन्याचा भाव १६ रु. तोळा होता. यावरून त्या काळच्या १६, ८००/- रुपयांची किंमत वाचकांनीच काढावी.

बालगंधर्व यांच्यावर लाख रुपयांचा कर्जाचा बोजा होता. त्या पायी त्यांची कंपनी सावकारांच्या ताब्यात जाऊन ते चिंताग्रस्त झाले होते.

केशवरावांना हे वृत्त समजताच त्यांनी त्यांची भेट घेतली आणि त्यांना धीर देत ते म्हणाले, "दादा, कर्ज कर्ज घेऊन काय बसलात? मनात आणले तर असे प्रयोग करून कर्जाचे डोंगर आपण फेकून देऊ!" "पण असे संयुक्त प्रयोग करून बालगंधर्वांना कर्जमुक्त करण्याची फुरसत मृत्यूने केशवरावांना दिलीच नाही.

'मला मरण द्या'- श्रीमाणिक प्रभूंना प्रार्थना

केशवराव हे श्रीमाणिक प्रभूंचे सानुग्रहित उपासक होते. या सुमारास त्यांचा मुक्काम पुण्यात होता. केशवरावही पुण्यात होते. श्रींना भेटून त्यांनी त्यांची पूजा बांधली, आणि श्रींच्या अनुज्ञेने त्यांनी त्यांच्यासमोर गायन केले. या गायनाने अत्यंत प्रसन्न होऊन श्री म्हणाले, "केशव, तुझी इच्छा असेल ते माग." केशवराव झटकन म्हणाले, "मला मरण द्या!"

यावर श्रींनी आश्चर्याने म्हटले, "अरे पोरा, मरण कुणी मागतात का रे! याशिवाय काहीही माग. तुझा उद्धार करावयास मी समर्थ आहे." पण केशवराव आपल्या मागण्याशी ठाम होते. डोळ्यांत अश्रू आणून ते म्हणाले, "मला अन्य काही नको, मरण द्या."

केशवरावांनी वयाच्या ३२ व्या वर्षी मरण का मागावे, ह्याचे गूढ न उकलणारे आहे. यशाच्या व कीर्तीच्या अत्युच्च शिखरावर असतानाच आपण निघून जावे, असे त्यांना वाटले असावे. अगर आता जीवनाची आपण कृतार्थ जीवन जगलो, इतिकर्तव्यता झाली असे त्यांना वाटत असावे. पण ते काहीही असले तरी वर नसलेल्या विश्वचालकाने त्यांची प्रार्थना ऐकली असावी आणि तो 'तथास्तु' ही म्हणाला असावा! कारण थोड्याच दिवसांत केशवराव विषमज्वराने आजारी पडले. पुण्या-मुंबईच्या धन्वंतरींनी पराकाष्ठा करूनही ते केशवरावांना वाचवू शकले नाहीत. दि. ४ ऑक्टोबर १९२१ रोजी हा मराठी रंगभूमीवर अखंड तळपणारा 'संगीतसूर्य' अस्तास गेला. त्यांची अंत्ययात्रा एवढी भव्य निघाली, की लोकांना लो. टिळकांच्या अंत्ययात्रेची आठवण झाली. लोकमान्यांचा अस्थिकलश पुण्यास आणला तेव्हा लोकांनी अशीच उत्स्फूर्त मानवंदना त्यांना दिल्याचे नटवर्य नानासाहेब फाटकांनी म्हटले आहे.

शाहू महाराजांना जेव्हा ही वार्ता समजली, तेव्हा त्यांच्या डोळ्यांत अश्रू उभे राहिले. त्यांची तळपती तलवार कोणाच्या हाती न लागताच निघून गेली होती!

केशवरावांच्या मृत्यूच्या संदर्भात कविवर्य कुसुमाग्रजांनी सांगितलेली बालगंधर्वाची एक आठवण नमूद करण्यासारखी आहे. कुसुमाग्रजांशी झालेल्या एका भेटीत बालगंधर्व म्हणाले होते, "ईश्वराची कृपा जगण्यासाठीच नाही, तर मरण्यासाठीही लागते. पण ती कृपा मला लाभली नाही. केशवराव भोसले फार भाग्यवान. ते हयात होते तेव्हा आमच्यात स्पर्धा होती; पण हेवा नव्हता. पण आता त्यांचा मला हेवा वाटतो. कारण लोकांना हवे होते तेव्हाच ते निवर्तले. हजारो लोक आसवे गाळीत त्यांच्या अंतयात्रेला आले होते. त्यांना खांदा देण्यासाठी मोठमोठे नेते पुढे आले होते. ते मरण्याचे वैभव होते, जगण्याची कृतार्थता होती!"

स्वातंत्र्यप्रेमी, दानशूर आणि स्वाभिमानी

केशवराव हे केवळ महान गायकच नव्हते तर ते एक सच्चे स्वातंत्र्यप्रेमी व दानशूर व्यक्ती होते. म्हणूनच तर त्यांचे वीर वामनरावांशी स्नेहाचे धागे जुळले; आणि त्यांच्या लेखणीतून साकार झालेले व देशभक्तीचा संदेश देणारे 'राक्षसी महत्त्वाकांक्षा' हे नाटक केशवरावांनी मराठी रंगभूमीवर सादर केले. प्रत्यक्ष स्वातंत्र्य चळवळीत ते सहभागी होऊ शकत नव्हते. पण स्वातंत्र्यचळवळ चालवणाऱ्या अनेक कार्यकर्त्यांना त्यांनी सातत्याने अर्थसाह्य केल्याचा दाखला मिळतो. लाखो रुपयांचे गुप्तदान त्यांनी स्वातंत्र्य सैनिकांना केल्याची सुप्रसिद्ध चित्रपट दिग्दर्शक दिनकर द. पाटील यांची साक्ष आहे. केशवरावांच्या औदार्याच्या गोष्टी पाहिल्या तर ही साक्ष पटण्यासारखीच आहे.

केशवरावांनी पाण्यासारखा पैसा कमविला आणी तो पाण्यासारखा खर्चही केला. कमविल्याचा गर्व केला नाही, किंवा खर्चल्याची खंत बाळगली नाही. पण हा सर्व व्यवहार करत असता त्यांनी आपला स्वाभिमान, स्वत्व, जिवापाड जपले. लाचारी त्यांच्यापासून शेकडो योजने दूरच राहिली. त्याची एक कथा पाहण्यासारखी आहे-

केशवरावांच्या कंपनीचा मुक्काम इंदोर नगरीत असता नरेश तुकोजीराव

होळकरांनी त्यांना पाचारण करून त्यांचे आपल्या दरबारात गायन केले. केशवरावांच्या गायकीवर बेहद्द खूश होऊन तुकोजीरावांनी एक एक हजार रुपयांच्या पाच थैल्या ए.डी.सी.कडून मागून घेतल्या आणि त्यांच्याकरवी केशवरावांच्या अंगावर त्यांनी त्या रुपयांचा पाऊस पाडला! केशवरावांनी आपल्या आसनावरून उठून महाराजांना मुजरा केला आणि परत आपल्या आसनावर जाऊन स्तब्ध बसले. तेव्हा ए.डी. सी.नी सांगितले, की हे पैसे आपलेच आहेत. याचा अर्थ हे पैसे गोळा करून केशवरावांनी घेऊन जावेत. मात्र केशवरावांना महाराजांचे हे औदार्य रुचले नाही. ते आसनावरून उठले आणि 'ही तर संगीत कलेची महाराजांनी केलेली ओवाळणी आहे,' असे उद्‌गार काढून त्यांनी महाराजांचा मान राखावा म्हणून यातील एक रुपया घेऊन तो आपल्या डोईवरच्या फेट्यात ठेवला. सर्व दरबार स्तब्ध होऊन आता पुढे काय होणार, याची वाट पाहत असताच केशवरावांनी पुन्हा एकदा मुजरा करून महाराजांचा निरोप घेतला. केशवरावांनी घेतलेला एक रुपया वजा होऊन राहिलेले ४९९९ रुपयांना धनी कोण होणार? शेवटी हे रुपये केशवरावांच्या नावाने होळकर सरकारच्या खजिन्यात अमानत म्हणून जमा झाले! ते तसेच राहिले. केशवराव शेवटपर्यंत तिकडे फिरकले नाहीत. बहुदा इंदोर संस्थान विलीन झाल्यावर भारत सरकारच्या खजिन्यात ते गेले असणार!

केशवराव पुन्हा केव्हा येणार?

असा हा मोठा अवलिया कलावंत अनेक अर्थांनी असा महान कलावंत मराठी रंगभूमीवर झालेला नाही, असे म्हणावे लागेल. खरं तर केशवराव व बालगंधर्व ही मराठी रंगभूमीला पडलेली वैभवशाली स्वप्नंच होती. बालगंधर्वांना पुढे बरीच मोठी कारकीर्द मिळाली. केशवरावांचे तसे झाले नाही. ते अकाली गेले. त्यांच्या जाण्याने निर्माण झालेली पोकळी अजूनही भरून निघालेली नाही; आणि पुढे ती निघेल असे वाटत नाही.

शेवटी या ठिकाणी केशवरावांचे सहकारी सुप्रसिद्ध नाटककार वरेरकरांच्या उद्‌गारांची आठवण झाल्याशिवाय राहत नाही. केशवरावांच्या

निधनानंतर आदरांजली वाहताना त्यांनी म्हटले होते- ''केशवराव पाचव्या वर्षी रंगभूमीवर आले आणी अवघ्या ३२ व्या वर्षी रंगभूमी सोडून स्वर्गवासी झाले. सारं आयुष्य नाटकात गेल्यामुळे त्यांचं शिक्षण मुळीच झालं नाही; पण त्यांची दृष्टी केवढी विशाल होती! मराठी रंगभूमीला त्यांनी उजाळा दिला. नवे नाटककार उभे केले. नवे नट तयार केले, नवे तंत्रज्ञ, नवे शिल्पज्ञ उजेडात आणले आणि मराठी रंगभूमीचे स्वरूप पार बदलून टाकले. मोठमोठ्या गवयांनी देखील ज्याच्या गाण्यापुढे हबका खावा, असा हा गायक तितकाच अभिनयकुशल होता. भाऊराव कोल्हटकरांनंतर केशवरावांसारखा नट झाला नाही. पुढल्या काळात- आज मोडकळीस आलेल्या रंगभूमीला उजाळा देण्यासाठी पुन्हा केशवरावाला देव पाठवील काय महाराष्ट्रात?''

अजून तरी केशवरावांनी मराठी रंगभूमीवर पुनर्जन्म घेतलेला दिसत नाही! मनुष्यलोकीच्या जन्माचे केशवरावांना आकर्षण असते तर त्यांनी वयाच्या ३२ व्या वर्षी श्रीमाणिकप्रभुचरणी मृत्यू मागितलाच नसता!

❖

६

राजर्षी शाहू छत्रपती आणि पॅलेस थिएटर

कोल्हापूरच्या नाट्यपरंपरेचा उगम छत्रपती बाबासाहेब महाराज यांच्या कारकिर्दीत पहावयास मिळतो. या नाट्यपरंपरेचा राजर्षी शाहू छत्रपतींच्या काळात खरा उत्कर्ष झाला असला तरी त्यांच्यापूर्वी कोल्हापुरात अनेक लहानसहान नाटक मंडळी उदयास आल्या होत्या. खुद्द महाराजांचे पिते व कोल्हापूरचे रीजंट जयसिंगराव ऊर्फ आबासाहेब घाटगे हे नाट्य-संगीताचे मोठे भोक्ते होते. त्यांच्या सहवासातच बालपणी महाराजांना नाट्यसंगीताची गोडी लागली होती.

त्या काळी राजाराम कॉलेजचेही 'बुकिश' नाटके बसवीत असे. १८८४ साली शाहू महाराजांच्या दत्तक-विधानाच्या वेळी या कॉलेजच्या विद्यार्थ्यांनी 'रत्नपाल' व 'शशिकला' ही दोन नाटके रंगभूमीवर आणल्याची नोंद आहे. १८९४ साली महाराजांना राज्याधिकार प्राप्त झाला. त्या प्रसंगी शाहूनगरवासी, स्वदेश हितचिंतक, किर्लोस्कर अशा अनेक मंडळांनी कोल्हापुरात येऊन आपली नाटके सादर केली. जुन्या राजवाड्याच्या चौकात मंडप घालून त्यांची सोय केलेली होती. त्याचप्रमाणे जिवबानाना वाडा, हिम्मतबहाद्दर पागा, लक्ष्मीप्रसाद थिएटर या ठिकाणीही त्यांचे

खेळ केले जात. छत्रपतींचा पूर्ण राजाश्रय या नाटक कंपन्यांना असे. संगीतज्ज्ञ बाबूराव जोशींनी म्हटले आहे की, 'नाटक कंपनीला शाहू महाराज एखाद्या रुखवताप्रमाणे धुण्याच्या पाण्यापासून तोंडाचा रंग जाण्याच्या शिकेकाईपर्यंत सर्व जिनसा देत. जवळजवळ किराणा मालाचे एक दुकानच ते कंपनीला देत.' नाट्य कलावंतही महाराजांवर मनापासून प्रेम करत. मराठी रंगभूमीवर 'हॅम्लेट'ची भूमिका अजरामर करणारे नटसम्राट गणपतराव जोशी यांनी या प्रेमापोटीच आपल्या नाटक कंपनीचे नाव 'शाहूनगरवासी' असे ठेवले होते.

त्या काळात कोल्हापुरात लक्ष्मीप्रसाद हे एकच थिएटर होते. पुढे सन १८९८ साली शाहू महाराजांच्या सांगण्यावरून 'डुणुंग' या कलाप्रेमी गृहस्थाने 'शिवाजी' नावाचे थिएटर बांधले. त्याचे उद्‌घाटन किर्लोस्कर मंडळींच्या नाटकाने झाले. या थिएटरांमुळे नाटक कंपन्यांची कोल्हापुरात बऱ्यापैकी सोय झाली, तरीसुद्धा हे दुधाची तहान ताकाने भागविण्यासारखे होते. शाहू महाराजांच्या मनात ही खंत सतत होती. ही खंत ते जेव्हा युरोपच्या दौऱ्यावर गेले तेव्हा ती अधिकच गहिरी बनली.

सन १९०२ हे साल शाहू महाराजांच्या जीवनचरित्रात फार महत्त्वाचे वळण देणारे ठरले. सातव्या एडवर्ड बादशहाच्या राज्यारोहण-सोहळ्यास उपस्थित राहण्यासाठी ते इंग्लंडला गेले व तेथून त्यांनी फ्रांस, इटली इत्यादी युरोपियन देशांचा दौरा केला. या दौऱ्यात त्यांनी युरोपियन राष्ट्रांनी कृषी-औद्योगिक क्षेत्रात केलेली भौतिक प्रगती पाहिली. युरोपियन लोकांची राष्ट्रभक्ती, शिस्त, कष्टाळूवृत्ती व कलासक्ती इत्यादी गुणांचा त्यांच्यावर मोठा प्रभाव पडला. आपला देश असा केव्हा व कसा प्रगत होईल, हा विचार त्यांना अस्वस्थ करू लागला. निदान आपल्या संस्थानात तरी आधुनिकतेचे व प्रगतीचे उपक्रम राबवण्याचे त्यांनी ठरवले.

कोल्हापुरातील शाहू महाराजांच्या काळातील तीन मोठ्या गोष्टी ह्या त्यांच्या या युरोपियन दौऱ्याच्या प्रत्यक्ष फलित आहेत. त्या म्हणजे 'राधानगरी धरण', 'खासबाग कुस्त्यांचे मैदान' व 'पॅलेस थिएटर' या तिन्ही गोष्टींचे स्वतःचे असे खास वैशिष्ट्य होते. ते म्हणजे त्या त्या काळच्या हिंदुस्तानात त्या एकमेवाद्वितीय होत्या. 'राधानगरी धरण' तर खुद्द महाराजांच्या शब्दात The biggest dam in India होते. खासबाग

कुस्त्यांचे मैदान हा देशातील सर्वांत मोठा आखाडा होता. त्याची कल्पना महाराजांनी रोममधील जगप्रसिद्ध आखाड्यावरून घेतली होती! आणि तिसरी म्हणजे 'पॅलेस थिएटर' हे तर देशातील त्या काळचे सर्वांत भव्य, शास्त्रोक्त पद्धतीने बांधलेले पहिले थिएटर होते. ही कबुली कलेच्या क्षेत्रातील अनेक तज्ज्ञांनी वेळोवेळी दिली आहे.

स्वतंत्र भारताचे शेवटचे गव्हर्नर जनरल सी. राजगोपालाचारी हे राजाराम कॉलेजच्या स्नेहसंमेलनास प्रमुख पाहुणे म्हणून आले होते. त्यांच्या भाषणाचा मुख्य कार्यक्रम पॅलेस थिएटरमध्ये आयोजित केला होता. त्या प्रसंगी पॅलेस थिएटरची एकूण भव्यता, शास्त्रोक्त रचना व मजबुती पाहून त्यांनी आपल्या भाषणात त्याचा खास उल्लेख केल्याचे आणि शाहू महाराजांच्या रसिकत्वाचे व कल्पकतेचे मोठे कौतुक केल्याचे इतिहासात नमूद आहे.

या नाट्यगृहाचा आराखडा कागलचे जिवबा कृष्णाजी जाधव या ओव्हरसियरकडून शाहू महाराजांनी करवून घेतला. बाळकृष्ण गणेश पंडित हे मुख्य कॉन्ट्रॅक्टर होते. महाराजांचे बंधू बापूसाहेब महाराज हे या कामावर खास देखरेख करत होते. दि. ९ आक्टोबर १९१३ रोजी

बांधकामाचा शुभारंभ झाला व १४ ऑक्टोबर १९१५ रोजी या भव्य थिएटरचे उद्‌घाटन युवराज राजाराम महाराज यांच्या शुभहस्ते आणि किर्लोस्कर कंपनीच्या 'मानापमान' नाटकाच्या प्रयोगाने दसऱ्याच्या मुहूर्तावर झाले. आज या घटनेला १०० वर्षे पूर्ण होत आहेत. किर्लोस्कर कंपनीबरोबरच संगीतसूर्य केशवराव भोसल्यांना या उद्‌घाटनास राजबंधू बापूसाहेब महाराज यांनी खास निमंत्रण दिले होते. त्यांचे निमंत्रण स्वीकारून केशवराव आपल्या 'ललितकलादर्श' कंपनीच्या लवाजम्यासह उपस्थित राहिले. त्यांच्याच 'संगीत सौभद्र' या नाटकाने 'पॅलेस थिएटर'चे उद्‌घाटन झाले. केशवरावांच्या तेजस्वी गायकीच्या सरीवर सरी अशा बरसत होत्या, की त्या आनंदाच्या डोही देहभान विसरून गेलेल्या रसिकांना पहाटेचे पाच केव्हा वाजले याचे भानही राहिले नाही, असे केशवरावांचे एक चरित्रकार लक्ष्मणराव लोंढे यांनी म्हटले आहे. तेव्हा पॅलेस थिएटरचे उद्‌घाटन 'संगीत मानापमान'ने झाले की 'संगीत सौभद्र'ने झाले, हा शाहू चरित्रातील एक संशोधनाचा विषय आहे.

या उद्‌घाटनाच्या निमित्ताने या दोन प्रसिद्ध नाटक कंपन्यांचे खेळ बरेच दिवस चाललेले दिसतात. या सुमाराची आणखी एक आठवण सांगितली जाते, ती म्हणजे या सोहळ्यास चिंतामणराव कोल्हटकर व राम गणेश गडकरी हे नाट्यक्षेत्रातील दोन दिग्गज उपस्थित होते. त्यावेळी गडकऱ्यांनी पॅलेस थिएटच्या पलीकडे असणाऱ्या 'खासबाग मैदाना'त पसरलेल्या प्रशांत चांदण्यात 'राजसंन्यास' या आपल्या भावी नाटकाचा आराखडा चिंतामणरावांना उलगडून दाखवला होता.

पॅलेस थिएटरचा एकूणच रुबाब हा राजेशाही होता. म्हणून तर शाहू महाराजांनी त्याचे नाव 'पॅलेस थिएटर' ठेवले. पण नावाप्रमाणे त्याची गुणवत्ताही प्रथम दर्जाची होती. प्रेक्षागृहात रसिक कुठेही बसले तरी त्यांना मंचावरचे नाटक छानपैकी पाहता येईल. एवढेच नव्हे; तर नटांच्या अथवा गायकांच्या मूळच्या नैसर्गिक आवाजात ते ऐकता येईल, अशी व्यवस्था केली गेली होती.

मराठी माणसाला नाटकाचे विलक्षण वेड आहे. मराठी संगीतनाट्य-परंपरा खऱ्या अर्थाने बहरली ती कोल्हापुरात. शाहू छत्रपतींचा आशीर्वाद व राजाश्रय व त्यातून झालेली पॅलेस थिएटरची निर्मिती यामुळे ही

परंपरा वैभवाच्या शिखरावर गेली.पॅलेस थिएटर म्हणजे या परंपरेचा गेल्या शंभर वर्षांचा साक्षीदार आहे. आमचे ज्येष्ठ मित्र शाहूचरित्रकार कै. कृ. गो. सूर्यवंशी यांनी या 'कोल्हापूर साजा'चे अत्यंत बहारदार वर्णन केले आहे.

"'स्त्रियांमध्ये 'कोल्हापुरी साजा'चे महत्त्व तेच नाट्यक्षेत्रात 'पॅलेस थिएटर'ला आहे. मराठी रंगभूमीच्या स्थित्यंतरांचा प्रत्यक्ष साक्षीदार (Eye Witness) जर कोणी असेल तर ते 'पॅलेस थिएटर'. 'दादा, दादा, ते आले ना?' हे सिंधूचे बालगंधर्वांच्या मुखातून निघालेले लाडिक बोल याच थिएटरने ऐकले आहेत. भाऊराव कोल्हटकरांच्या गायनाने याच रंगमंदिराचे कर्ण तृप्त झाले आहेत. केशवराव भोसल्यांच्या भरदार लकेरीने 'पॅलेस' चे अंग थरारले आहे! 'शिव-संभव' नाटक चालू असताना भावनाविवश शाहू छत्रपतींनी 'शिवजन्म' झाल्याबरोबर नाटकाशी तादात्म्य पावल्यामुळे ते उठून शिवछत्रपतींना मुजरा करते झाले, ते कौतुकाने पाहण्याचे भाग्य लाभले तेही याच रंगमंदिराला!

शाहू महाराजांनी मराठी रंगभूमीला पॅलेस थिएटर शिवाय आणखी दोन मोठ्या देणग्या दिल्या होत्या. त्या म्हणजे बालगंधर्व आणि केशवराव भोसले हे दोन महान कलावंत महाराजांमुळे तिला लाभले होते. बालगंधर्वांच्या स्वर्गीय गळ्याने मोहीत होऊन त्यांच्या बालपणीच किर्लोस्कर कंपनीच्या रंगमंचावर महाराजांनी त्यांचे पदार्पण घडवून आणले होते. केशवराव तर खुद्द कोल्हापूरचेच. त्यांच्यावर महाराजांनी पुत्रवत माया केली.

अशा या संगीतसूर्य केशवरावांचे नाव स्वातंत्र्योतर काळात महाराष्ट्र शासनाने 'पॅलेस थिएटर'ला देऊन मराठी रंगभूमीवरील त्यांचा अपूर्व कामगिरीचा यथोचित गौरव केला आहे. आजच्या या शताब्दीच्या निमित्ताने शाहू छत्रपतींच्या बरोबरीने केशवरावांचे स्मरण करणे, कोल्हापूरकरांचे कर्तव्य आहे.

आणखी एका व्यक्तीला विसरता कामा नये. ती म्हणजे 'पॅलेस थिएटर'चा प्लॅन बनवणारे कागलचे जिवबा कृष्णाजी जाधव. शाहू महाराजांच्या स्वप्नातील व कल्पनेतील थिएटर बनवणे, ही काही सामान्य गोष्ट नव्हती. ते एक अभियांत्रिकी आव्हान होते. ते जिवबा जाधवांनी स्वीकारले आणी साकार केले. पॅलेस थिएटरबरोबर शाहू

महाराजांच्या या हुन्नरबाज अभियंत्याने आपलीही स्मृती चिरंतन करून ठेवली आहे. त्यांचेही कृतज्ञतापूर्वक स्मरण करायला हवे!

संदर्भ ग्रंथ

१. कोल्हापूर दर्शन : संपा. ग. रं. भिडे, पु. ल. देशपांडे

२. राजर्षी शाहू- राजा व माणूस : कृ. गो. सूर्यवंशी

३. राजर्षी शाहू गौरव ग्रंथ : पी. बी. साळुंखे

४. संगीतसूर्य नटसम्राट केशवराव भोसले : लक्ष्मणराव लोंढे

५. राजर्षी शाहू स्मारक ग्रंथ- डॉ. जयसिंगराव पवार

❖

७

राजर्षी शाहू छत्रपतींच्या जयंतीची नवीन तारीख

२००५ सालापर्यंत राजर्षी शाहू छत्रपतींची जयंती २६ जुलै या तारखेस साजरी केली जात होती. २००६ पासून ती २६ जून या तारखेस साजरी केली जात आहे. महाराष्ट्र शासनाने २७ मार्च २००६ च्या पत्रकान्वये २६ जून ही तारीख शाहू छत्रपतींचा जन्मदिन म्हणून घोषित केलेली आहे. यासाठी शासनाने एक तज्ज्ञ-समिती स्थापन केली होती. या समितीच्या एकमुखी अहवालावर शासनाने हा निर्णय घेतला आहे.

आतापर्यंत शाहूजयंती २६ जुलैला सर्वत्र साजरी केली जात असता हा बदल का करण्यात आला, या विषयी सर्वसामान्य शाहूप्रेमींच्या मनात संभ्रम निर्माण होण्याची शक्यता आहे. म्हणून तज्ज्ञ समितीचा एक सदस्य या नात्याने नव्या तारखेच्या निर्णयाची पार्श्वभूमी समाजासमोर मांडणे आवश्यक आहे, असे वाटल्यावरून हा लेखन प्रपंच केला आहे.

'२६ जुलै' ची पार्श्वभूमी

दिवाण बहादूर प्रोफेसर आण्णासाहेब लठ्ठे यांनी लिहिलेले शाहू छत्रपतींचे चरित्र हे आद्य शाहूचरित्र मानले जाते.या चरित्रात शाहू छत्रपतींचा जन्मदिनांक २६ जुलै १८७४ असा नोंदला गेला आहे. प्रो. लठ्ठे हे शाहूकालीन एक थोर सत्यशोधक नेते व खुद्द महाराजांचा सहवास लाभलेले विद्वान गृहस्थ होते.पुढे राजाराम महाराजांच्या काळात ते कोल्हापूर संस्थानचे दिवाण झाले. शिवाय त्यांचे 'शाहूचरित्र' शाहू छत्रपतींच्या निधनानंतर अवघ्या दोन वर्षांनी प्रकाशित झाल्याने त्यांची अधिकृतता अधिक मानली गेली. अशा ग्रंथात शाहू जन्माचीच तारीख चुकीची नोंदली गेली असेल, अशी कोणाला शंका येण्याचे काही कारण नव्हते.

स्वाभाविकच समाजातील सर्व शाहूप्रेमी व्यक्ती व संस्था यांनी लठ्ठ्यांची तारीख स्वीकारली आणि २६ जुलै रोजीच 'शाहूजयंती' साजरी करण्याचा पायंडा कोल्हापुरात व अन्यत्र पडला. महाराष्ट्र शासनानेही हीच तारीख स्वीकारली आणि शाहू जन्मशताब्दीही याच तारखेला साजरी केली गेली. पुढे सुप्रसिद्ध चरित्रकार धनंजय कीर यांनी १९७६ साली आपले 'शाहूचरित्र' इंग्रजीत प्रकाशित केले. त्यांनीही लठ्ठ्यांनी दिलेली तारीखच स्वीकारली. एवढेच नव्हे तर कीरांच्या नंतर शाहू छत्रपतींवर जे जे चरित्रग्रंथ अथवा गौरवग्रंथ झाले, त्यांच्या कर्त्यांनीही उपरोक्त तारीखच ग्राह्य मानली.

'२६ जून' ची पार्श्वभूमी

तथापि, २६ जुलैच्या तारखेचा पहिला प्रतिवाद कृ. गो. सूर्यवंशी यांच्या १९८४ साली प्रसिद्ध झालेल्या 'शाहूचरित्रा'त केला गेला. या ग्रंथात सूर्यवंशींनी ज्योतिषालंकार डॉ. निपुगणे यांचा शाहू जन्मतिथीविषयक एक लेख समाविष्ट केला होता. त्यात डॉ. निपुगणे यांनी ज्योतिषशास्त्राच्या आधारे महाराजांचा जन्म २६ जून रोजी झाल्याचा निष्कर्ष मांडला होता. तथापि, खुद्द सूर्यवंशी यांनी आपल्या 'शाहूचरित्रा'त या तारखेचा स्वीकार न करता २६ जुलै हीच तारीख नोंदवली. विशेष म्हणजे आपण

२६ जून ही नवी तारीख का स्वीकारत नाही, याचेही स्पष्टीकरण त्यांनी ग्रंथांतर्गत केले नाही. स्वाभाविकच केवळ जोतिषशास्त्राच्या आधारावर काढलेली नवी तारीख शाहू अभ्यासकांना ग्राह्य वाटली नाही. परिणामी, सूर्यवंशींच्या ग्रंथात नवी तारीख येऊनही ती उपेक्षितच राहिली.

नव्या तारखेस असे तोंड फुटले

दरम्यान २४ जुलै २००३ च्या 'महाराष्ट्र टाइम्स'च्या अंकात नाशिकच्या 'राजर्षी शाहू छत्रपती समता परिषदे'ची एक बातमी प्रसिद्ध झाली. त्यामध्ये सूर्यवंशींच्या ग्रंथातील कुंडलीचा संदर्भ देऊन आणि पंचांगकर्ते पुरंदरेशास्त्रींच्या पंचांगाप्रमाणे पडताळणी करून समता परिषदेने शाहू छत्रपतींचा जन्मदिनांक २६ जून १८७४ हा निश्चित होतो, असा दावा केला आणि शासनाने यासंदर्भात निर्णय घेण्याचे आवाहन करण्यात आले.

नाशिकच्या या समता परिषदेच्या निवेदनाने कोल्हापुरातील इतिहासाचे एक चिकित्सक अभ्यासक ॲड. मानसिंगराव खांडेकर यांचे लक्ष वेधून घेतले; आणि त्यांनी या जन्मतारखेचा शोध हाती घेतला. त्यांनी कोल्हापूर पुराभिलेखागारातील शाहूकालीन कागदपत्रांचा परिश्रमपूर्वक धांडोळा घेऊन अशी काही कागदपत्रे शोधून काढली, की शाहू छत्रपतींची २६ जून ही जन्मतारीख त्यांना निर्विवादपणे सिद्ध करता आली. या कागदपत्रांच्या आणि त्यांस पूरक होणाऱ्या अन्य अनेक संदर्भांच्या आधारे त्यांनी या प्रश्नांची सांगोपांग चर्चाचिकित्सा करून २६ जून ही शाहू जन्माची तारीख निश्चित करणारी एक प्रदीर्घ लेखमाला तयार केली. त्यांची ही लेखमाला कोल्हापूरच्या दैनिक 'पुढारी'चे शाहूप्रेमी संपादक श्री. प्रतापसिंह जाधव यांनी प्रसिद्ध केली. यातून नव्या तारखेबद्दल अनुकूल जनमत तयार झाले. आता यासंदर्भात शासनास जागे करून नव्या तारखेच्या संदर्भात निर्णय होणे गरजेचे होते. हे काम कोल्हापुरातील भाई माधवराव बागल विद्यापीठाचे अध्यक्ष श्री. बाबूराव धारवाडे यांनी हाती घेतले आणि शासनदरबारी संपर्क साधून शासनास नव्या जन्मतारखेचा निर्णय करण्यासाठी तज्ज्ञ समितीची नेमणूक करावयास लावली.

शासनाची तज्ज्ञ समिती

शासनाने ऑक्टो. २००५ मध्ये या समितीची स्थापना केली. त्यामध्ये (१) श्री. भास्कर धाटावकर, संचालक पुराभिलेख, मुंबई, (२) डॉ. जयसिंगराव पवार, कोल्हापूर, (३) डॉ. रमेश जाधव, कोल्हापूर, (४) डॉ. अरुण भोसले, कोल्हापूर, (५) डॉ. राजा दीक्षित, पुणे, (६) डॉ. य. दि. फडके, मुंबई (७) श्री. विश्वास पाटील, अलिबाग अशा सात तज्ज्ञांचा समावेश होता. या समितीची पहिली बैठक २४ ऑक्टो. २००५ रोजी मुंबईत झाली, आणि दुसरी बैठक १० नोव्हेंबर रोजी कोल्हापुरात झाली. दुसऱ्या बैठकीस ॲड. मानसिंगराव खांडेकर उपस्थित होते. त्यांनी आणि समितीच्या सदस्यांनी आपापली मते कागदपत्रांच्या आधाराने बैठकीत सादर केली. खुद्द कोल्हापूर पुराभिलेखागार विभागानेही नव्या तारखेस पुष्टी देणारे अनेक पुरावे हजर केले. या सर्व पुराव्यांची चिकित्सा करून समितीने एकमताने २६ जून १८७४ ही शाहू छत्रपतींच्या जन्माची तारीख सिद्ध झाल्याचे जाहीर केले आणि तसा अहवाल शासनाकडे पाठविला. शासनाने हा अहवाल स्वीकारून या लेखाच्या प्रारंभी सांगितल्याप्रमाणे २६ जून ही शाहूजयंतीची नवी तारीख जाहीर केली गेली.

आता ज्या कागदपत्रांच्या आधारे ही नवी तारीख निश्चित केली गेली, त्यापैकी काही मोजकीच कागदपत्रे इथे शाहूप्रेमींच्या माहितीसाठी मी सादर करत आहे.

१. सामान्य प्रशासनिक अहवालाची साक्ष

कोल्हापूर दरबारतर्फे दरवर्षी संस्थानच्या सामान्य प्रशासनावरील अहवाल (Report on the General Administration of the Kolhapur State) प्रसिद्ध केला जात असे. सन १८९१-९२ च्या अहवालाची सुरुवातच पुढील वाक्याने केलेली आहे-

"His Highness Shahu Chhatrapati Maharaj Raja, completed his 18th year on 25th June 1892, having been born on 26th June 1874."

अशीच पुढच्या वर्षीच्या अहवालाची साक्ष आहे. हा कोल्हापूर दरबाराचा अधिकृत कागद आहे, हे लक्षात घेतले पाहिजे.

२. फ्रेजरांचे वुडहाउसना पत्र

सर एस. एम. फ्रेजर (ICS) हे ब्रिटिश सरकारने नेमलेले महाराजांचे लहानपणीचे पालक व शिक्षक होते. ते दरवर्षी आपल्या पाल्याच्या प्रगतीचा अहवाल कोल्हापूर संस्थानच्या पोलिटिकल एजंटला पाठवीत असत. १८९२ साली त्यांनी तत्कालीन पोलिटिकल एजंट कर्नल सी. वुडहाउस यांना पाठविलेल्या पत्रात ते म्हणतात-

Sir,

I have the honour to submit my third annual report on the education and general progress during the year ending March 31st, 1892, of the following young chiefs and others under my charge-

1. Shahu Chhatrapati, Raja of Kolhapur, born on the 26th June 1874.
2. Pirajirao Ghatge (Bapu Saheb), chief of Kagal, born on 3rd January 1876

अशाच प्रकारचा सन १८९३ चा पुरावा उपलब्ध असून त्यातही २६ जून हीच तारीख दिलेली आहे.

३. डॉक्टर आंबेडकरांचे पत्र

१३ जून, १९२० रोजी डॉ. आंबेडकरांनी मुंबईहून शाहू छत्रपतींना एक पत्र लिहिले होते. येणाऱ्या २६ जून रोजी त्यांना त्यांच्या 'मूकनायका'चा खास वाढदिवस अंक काढावयाचा होता. मूळपत्र असे आहे.

'मूकनायक' अंक
परळ, मुंबई,
१३/ ६/ २०

श्री. मन्महाराज शाहूछत्रपति, करवीर

हुजूरांचे सेवेशी

माणगावच्या व नागपूरच्या सभेत पास झालेल्या ठरावास अनुसरून ता. २६ जूनचा दिवस आपला वाढदिवस म्हणून सर्वत्र साजरा करण्यात येणार आहे. त्याच दिवशी आपल्या आश्रयाखाली निघत असलेल्या 'मूकनायक'चा स्पेशल अंक काढण्याचे नियोजित झाले आहे. त्यात हुजूरांचा फोटो तसेच आपल्या कारकिर्दीतील (कार्याची) उज्ज्वल रूपरेखा देण्यात येणार आहे......... या उद्देशास्तव मी आज सायंकाळी (कोल्हापूरला) येण्याकरिता निघत आहे. मंगळवारी संध्याकाळी पोहोचेन. हुजूरांच्या दर्शनाचा लाभ होईलच.

आपला कृपाभिलाषी,
भीमराव आंबेडकर

४. प्रबोधनकारांचे शुभेच्छापत्र

त्याच सालच्या वाढदिवसानिमित्त प्रबोधनकार केशव सीताराम ठाकरे यांनी महाराजांना आपल्या पत्रात शुभेच्छा दिल्या आहेत. त्या पत्राची सुरुवात अशी आहे-

20, Miranda's chawl,
Dadar, (Bombay), 26th June 1920

May it please Your Highness,

Today being Your Highness Birth Day I prayed the Almighty for your long life full of choicest blossoms of His favour..

५. शिरोळच्या ग्रामस्थांकडून वाढदिवस

याच तारखेच्या वाढदिवसाचा आणखी एक पुरावा मिळतो. कोल्हापूर संस्थानातील शिरोळ येथील ग्रामस्थांनी २६ जून १९२० रोजी महाराजांचा वाढदिवस समारंभपूर्वक साजरा केला. समारंभाच्या अध्यक्षाने त्याचा वृत्तांत पत्राने महाराजांना कळविला, तो असा-

श्रीमन्महाराज छत्रपती सरकार
करवीर यांचे सेवेशी-

काल ता. २६/६/१९२० रोजी शिरोळ येथे सर्व लोकांनी श्री. शाहू छत्रपतींचे वाढदिवसानिमित्त समारंभ करून छत्रपतींविषयी राजनिष्ठेचा ठराव एकमताने पास केला.समारंभामध्ये दांडपट्टा, कुस्त्या, शाळेतील मुलांची व मुलींची गौरवपर गाणी, मुलांस मेवामिठाई वाटणे, जंगी सभा होऊन रात्री कालेकर मंडळींचा सत्यशोधकाचा जलसाही झाला. त्यात स्वदेशी प्लॅन होता. लोकांना कालचा दिवस अगदी आनंदाचा गेला. चरणी श्रुत होय. ता. २७/६/१९२०

कृष्णराव माने वकील,
सभाध्यक्ष

६. मेरीवेदर यांच्याकडून अभीष्टचिंतन

१९२१ साली कर्नल मेरीवेदर हे कोल्हापूरचे रेसिडेंट होते. त्यांनी त्या सालच्या २६ जूनला महाराजांच्या वाढदिवसानिमित्त अशा प्रकारे अभीष्टचिंतन केले आहे-

The Residency
Kolhapur
S. M. C.
26th June, 1921

My dear Maharaja,

Mrs. Merewether joins with me in congratulating you on your birthday and wishing you all happiness in the years to come.

Your Sincerely,
W. Merewether

७. छत्रपतींचे आभारपत्र

मेरीवेदर यांनी पाठविलेल्या अभीष्टचिंतनाच्या पत्रास उत्तर म्हणून शाहू छत्रपतींनी २१ जून रोजी आभारपत्र पाठवले.

Kolhapur,
29th June, 1921

My dear Colonel Merewether,

I am thankful to Mrs. Merewether and yourself for your kind note of congratulations on my birthday and good wishes which I heartily appreciate as coming from one of my sincerest friends and well wishers.

Your Sincerely

Shahu Chhatrapati

इतरही अनेक असे पुरावे आहेत, की ते नव्या शाहूजन्म तारखेस पुष्ठी देतात. त्या सर्वांचा परामर्श इथे विस्तार भयास्तव घेता येणार नाही. उपरोक्त कागदोपत्रांचा पुरावा नव्या तारखेविषयी कोणत्याही प्रकारची संदिग्धता ठेवणार नाही, इतका स्पष्ट आहे. तेव्हा महाराष्ट्रात सर्वत्र या वर्षीची शाहूजयंती २६ जून रोजी मनामध्ये कोणतीही आशंका न धरता उत्साहाने साजरी व्हावी.

शेवटी आणखी एक गोष्ट, शाहू छत्रपतींची जयंती महाराष्ट्रात सामाजिक न्यायाचा दिवस म्हणून साजरी केली जाते. शंभर वर्षापूर्वी या थोर राजाने आपल्या राज्यातील सरकारी व खासगी खात्यांमध्ये ५०% जागा मागासवर्गीयांसाठी राखून ठेवल्या होत्या. मागासवर्गीयांसाठी अशा राखीव जागांचा जाहीरनामा काढणारा हिंदुस्थानातील पहिला राज्यकर्ता होता. आज आरक्षण विरोधकांनी मागासवर्गीयांच्या विरोधात जे रान उठविले आहे, त्या पार्श्वभूमीवर शाहूरायांच्या या क्रांतिकारी निर्णयाचे स्मरणही त्यादिवशी केले जावे.

(टीप- या लेखातील सर्व कागदपत्रांचे संदर्भ व कोल्हापूर पुराभिलेखागार यांच्या सौजन्याने घेतलेले आहेत.)

❖

८

राजर्षी शाहू आणि त्यांचे कौटुंबिक जीवन

कुटुंब मग ते राजाचे असो वा सामान्य माणसाचे असो, ते रक्ताच्या नात्यांनी बांधले गेलेले असते. तसेच ते कुटुंबातील व्यक्तींच्या परस्परांवरील प्रेम व निष्ठा या पायावर उभे असते. कुटुंबाच्या वाटचालीत सुखाच्या व आनंदाच्या क्षणांबरोबर दुःखाचे व दुर्दैवाचेही क्षण येत असतात. राजर्षी शाहू छत्रपती महाराज यांचे कुटुंब व त्यांचे कौटुंबिक जीवनही त्यास अपवाद नव्हते.

जहागीरदार कुटुंबातून राजकुटुंबात

शाहू छत्रपती महाराज हे मूळचे कागलकर घाटगे घराण्यातील. १८८४ साली ते छत्रपतींच्या घराण्यात वयाच्या दहाव्या वर्षी दत्तक म्हणून आले. कागलकरांचे छत्रपतींशी फार पूर्वीपासूनचे जवळचे संबंध होते. शाहू महाराजांचे जनक वडील जयसिंगराव ऊर्फ आबासाहेब घाटगे हे बाबासाहेब छत्रपतींच्या भगिनी बाळाबाई यांचे चिरंजीव होते. म्हणजे छत्रपतींचे भाचे होते. बाबासाहेबांच्या नंतर तेच छत्रपती होणार होते; पण त्यांची ही संधी दुसऱ्या एका भाच्यास नागोजीराव पाटणकर

यांस मिळाली होती. ते राजाराम छत्रपती म्हणून गादीवर आले. पुढे लवकरच त्यांचे युरोपच्या दौऱ्यावर असता इटलीतील फ्लॉरेन्स येथे अकाली निधन झाले-(सन १८७०). दरम्यान आबासाहेब घाटगे कागल जहागिरीतील थोरल्या पातीकडे दत्तक गेल्याने याही वेळची त्यांची कोल्हापूरच्या गादीवर येण्याची संधी हुकली. सावर्डेकर-भोसले घराण्यातील नारायणराव यांना दत्तक म्हणून घेतले गेले. ते चौथे शिवाजी म्हणून गादीवर आले. पण दुर्दैवाने त्यांचा बळी दिवाण बर्वे आणि इंग्रज अधिकारी यांच्या कुटिल कारस्थानांनी घेतला. अहमदनगर मुक्कामी त्यांची हत्या झाली - (डिसें. १८८३).

दरम्यान आबासाहेब घाटगे यांना इंग्रज सरकारने करवीर राज्याचे रीजंट म्हणून नियुक्त केले होते. लवकरच करवीरच्या रिकाम्या गादीवर आपल्या ज्येष्ठ पुत्रास-यशवंतराव यास आणण्यात ते यशस्वी झाले. १७ मार्च १८८४ रोजी राणी आनंदीबाईंनी यशवंतरावांना दत्तक घेतले. कागलकर यशवंतराव आता 'शाहू छत्रपती महाराज' झाले. जहागीरदार पुत्र ते छत्रपती अशी शाहू महाराजांच्या वाटचालीची ही पार्श्वभूमी आहे.

जनकपिते आबासाहेब घाटगे

कागल ही छोटी जहागीर असली तरी आबासाहेब हे काही सामान्य जहागीरदार नव्हते. ते अत्यंत रुबाबदार व्यक्तिमत्त्वाचे आंग्ल-विद्याविभूषित तर होतेच; शिवाय ते बुद्धिमान व महत्त्वाकांक्षी होते. इंग्रजांच्या गोटात त्यांना मोठी प्रतिष्ठा होती. म्हणून तर ते करवीर संस्थानचे रीजंट बनू शकले होते.

आबासाहेब घाटगे

मुधोळच्या राजकन्येशी आबासाहेबांचा विवाह झालेला होता. पण दुर्दैवाने दोन मुलांच्या जन्मानंतर त्यांना विधुरावस्था प्राप्त झाली होती. अशा प्रकारे

शाहू महाराजांना वयाच्या तिसऱ्या वर्षीच मातृसुखाला पारखे व्हावे लागले होते. आबासाहेबांनी दुसरा विवाह करून आपल्या मुलाच्या 'आई'ची जागा भरून काढण्याचा प्रयत्न केला. पण या सावत्रमातेच्या आगमनाने ही मुले सुखी-समाधानी झाली नाहीत. आईची माया न मिळाल्याने बालपणी शाहू महाराजांच्या ठिकाणी घुमेपणा व लाजाळूपणा आला होता. पुढे हे दोष निघून गेले तरी कोणत्याही कुटुंबातील सावत्रमातेचे स्थान त्यांना कधीच आवडले नाही.

यामुळेच नंतरच्या कालखंडात शाहू महाराजांच्या राणी लक्ष्मीबाई आपल्या अशक्त प्रकृतीमुळे त्यांना शरीरसुख देण्यास असमर्थ ठरू लागल्या तेव्हा त्यांच्या जवळच्या मंडळींनी व डॉक्टरांनीही त्यांना दुसरा विवाह करण्याची सूचना केली. तेव्हा त्यांनी ती धुडकावून लावली.

१८८६ साली वयाच्या अवघ्या ३०व्या वर्षी आबासाहेबांचे अकाली निधन झाले. अतिरेकी मद्यपानाचे ते बळी ठरले. १२ वर्षे वयाच्या शाहू महाराजांवर या घटनेचा फार खोलवर परिणाम घडून आला. इतका की त्यांच्या पित्याचा घात करणाऱ्या दारूला त्यांनी आपल्या आयुष्यात स्पर्शही केला नाही!

बंधू बापूसाहेब महाराज

शाहू महाराज आणि बापूसाहेब महाराज या बंधूंच्या वयात फारसे अंतर नव्हते. इतिहासात ज्या काही बंधूंच्या जोड्या अतूट नात्यासाठी व बंधूप्रेमासाठी प्रसिद्ध आहेत, त्यापैकी ही एक जोडी होती. बापूसाहेबांनी महाराजांची शेवटपर्यंत सावलीसारखी पाठराखण केली. महाराजांचाही आपल्या भावावर फार जीव होता. १९०२ साली इंग्लंडमधील वास्तव्यात बापूसाहेब अतिसाराने गंभीर आजारी पडले, तेव्हा महाराजांनी रात्ररात्र जागून त्यांची सेवा-शुश्रूषा केल्याची नोंद त्यांचे चरित्रकार प्रो. लठ्ठे यांनी केली आहे.

आयुष्यातील अनेक कठीण प्रसंगी बापूसाहेब महाराजांच्या पाठीशी उभे राहिले. समस्या राजकारणातील असो, वा कुटुंबातील असो महाराजांनी आपल्या बंधूशी आणि गुरू सर सबनीस यांच्याशी सल्लामसलत करूनच सोडविली. प्रिन्स शिवाजीच्या अपघाती निधनानंतर या दोघांच्या

सल्ल्यानेच इंदुमती राणीसाहेबांच्या भावी आयुष्या-संबंधी महाराजांनी निर्णय घेतला होता. महाराजांच्या निधनानंतरही बापूसाहेबांनी आपल्या मायेचे छत्र इंदुमती राणीसाहेबांवर शेवटपर्यंत धरले होते.

बापूसाहेब महाराज

रूढीप्रिय राजकुटुंब

कोल्हापूरच्या राजकुटुंबात या वेळी तीन विधवा राण्या होत्या. बाबासाहेब छत्रपतींच्या राणी अहिल्याबाई, राजाराम छत्रपतींच्या राणी सकवारबाई आणि चौथ्या शिवाजी छत्रपतींच्या राणी आनंदीबाई ह्या शाहू महाराजांच्या अनुक्रमे-पणजी, आजी व आई या नात्याने राजकुटुंबात वावरत होत्या. अहिल्याबाई राणीसाहेब ह्या फार धर्मशील व सात्त्विक प्रवृत्तीच्या होत्या. त्यांच्याच देखरेखीखाली नवा राजवाडा बांधला गेला. त्यांचे निधन १८९५ साली झाले. सकवार राणीसाहेब ह्या राजकारणी होत्या. तशाच त्या दानशूरही होत्या. राजकुटुंबातील व्यवहारांवर त्यांचीच हुकूमत चालत असे. त्यांचे निधन १९१२ मध्ये झाले. आनंदाबाई राणीसाहेब या सर्वांत लहान व विरक्त स्वभावाच्या होत्या. त्यांचे निधन १९०२ ला झाले. या सुमारास कोल्हापुरात वेदोक्त प्रकरण शिगेला पोहोचले होते. पंचगंगेच्या तीरावर छत्रपतींच्या आईंचे वेदोक्त पद्धतीने अंत्यसंस्कार करण्यास कोल्हापूरच्या ब्रह्मवृंदानी नकार दिला होता.

राजकुटुंबातील प्रारंभीचे वातावरण अत्यंत जुन्या वळणाचे म्हणजे रूढीप्रिय होते. जुने रीतीरिवाज, व्रतवैकल्यांचे कर्मकांड, ब्राह्मण पुरोहितांचे प्राबल्य यांनी ते रूढीग्रस्तही बनले होते. जातिभेद व अस्पृश्यता यांच्या रूढी काटेकोरपणे पाळल्या जात होत्या. प्रत्येकाने आपल्या 'जातिधर्मा'प्रमाणे वागावे या विचाराचा एवढा पगडा होता की, शाहू महाराज व त्यांचे

सहकारी स्वाध्यायी यांच्यासाठी गार्डियन म्हणून नियुक्त केलेल्या सर फ्रेजरसाहेबांनाही राजकुटुंबाकडून त्यानुसार सूचना दिल्या होत्या. शिकारीच्या प्रसंगी हे गुरू-शिष्य वेगवेगळ्या झाडाखाली बसून फराळ करीत!

खुद्द शाहू महाराजांनी पुढे आपल्या भाषणात प्रांजळपणे कबूल केले आहे की, ''मी प्रथमत: जुन्या मतांचा कट्टर अभिमानी होतो. जातिभेद कायम राहिला पाहिजे व पाळला पाहिजे, असे माझे मत असे. अशा दुराभिमानाने इतरांची उन्नती होण्याच्या मार्गात मी अडथळा ठरतो, याची जाणीव मला नसे.

अशा रूढीग्रस्त वातावरणाला धाडसाने छेद देऊन महाराजांनी समाज सुधारणेची पावले उचलली; जातिभेद व अस्पृश्यता यांचे निर्मूलन करण्यासाठी आपली सर्व हयात खर्ची घातली. महाराजांच्या या उदारमतवादी व मानवतावादी जडणघडणीत त्याचे गुरू सर रघुनाथराव सबनीस व सर फ्रेजर यांचा मोठा वाटा होता. त्यांच्यासारखे आधुनिक दृष्टीचे, निःस्पृह व कर्तव्यनिष्ठ गुरू महाराजांना लाभले, म्हणूनच राजकुटुंबातील बुरसटलेल्या वातावरणाचा कोश फोडून ते बाहेर येऊ शकले.

लक्ष्मीबाई राणीसाहेब

बडोद्याच्या खानविलकर घराण्यातील लक्ष्मीबाईंशी शाहू महाराजांचा १ एप्रिल १८९१ रोजी विवाह झाला. त्या वेळी महाराज १७ वर्षांचे होते; तर लक्ष्मीबाई ११ वर्षांच्या होत्या. त्या काळाच्या रूढीनुसार ११ वर्षे वय म्हणजे लग्नाचे वय होते. स्वाभाविकच लग्नानंतर काही दिवसांनी ह्या जोडप्याच्या 'गर्भाधान' सोहळ्याच्या हालचाली राजवाड्यात सुरू झाल्या. त्यांच्या वार्ता आबासाहेबांचे जिवलग स्नेही ली वॉर्नर व सर फ्रेजर यांना समजताच ते फार अस्वस्थ झाले. अशा प्रकारे किशोरी वयात होणारा शरीरसंबंध स्त्रीला व तिच्यापासून होणाऱ्या अपत्यालाही धोकादायक होतो, तेव्हा या अकाली ठरणाऱ्या मोहापासून महाराजांनी दूर राहावे, यासाठी दोघांनीही त्यांना मोठ्या तळमळीने लिहिले आहे.

ली वॉर्नरनी लिहिले आहे, ''प्रकृतीला अपाय न होता प्रसूती

सुरळीतपणे पार पडावी इतकी शारीरिक क्षमता व सामर्थ्य तुमच्या पत्नीस प्राप्त होईपर्यंत तुम्ही तिच्याशी शय्यासोबत करू नये, अशी तुमच्या पित्याची तीव्र इच्छा होती. बालमातांच्या दुर्दैवी जीवनाच्या हृदयद्रावक कथा तुमच्या चांगल्याच परिचयाच्या आहेत. सांसारिक जीवनाचा मनमुराद उपभोग घेता येईल, इतका प्रदीर्घ काळ नियतीने तुम्हाला यापुढे दिला असता केवळ भोगलालसेने आपल्या पत्नीच्या प्रकृतीची नासाडी करण्यात तुम्हाला कसला आनंद लाभणार आहे? तुमचे प्रथम अपत्य-जर तो पुत्र असेल तर-तुमच्या गादीचा वारस व भावी राजा होईल. तुमचे पूर्वज, तुमचे प्रजाजन छत्रपतींच्या गादीला आरोग्यसंपन्न वारस लाभावा, अशी अपेक्षा करीत आहेत.''

महाराणी लक्ष्मीबाईसाहेब

फ्रेजरसाहेब तर महाराजांचे गुरूच होते. त्यांनी शिष्याकडून वचनच मागितले की, ''तुमचे व पत्नीचे कल्याण व्हावे, तुम्ही उभयतांनी सुखासमाधानाने संसार करावा, अशा एकमेव हेतूने... तुम्ही मला एक निश्चित वचन दिले पाहिजे, की तुमची राणी रास्त वयाची होईपर्यंत तुम्ही तिच्याशी शय्यासोबत करणार नाही...

शिष्यही असा निर्धारी व तत्त्वनिष्ठ की त्याने गुरूला वचन दिले आणि पाळलेही. शाहू महाराजांच्या या 'आत्मसयमी दुर्मिळ दैवी गुणांचे' कौतुक करवीर संस्थानच्या कारभारी मंडळाने खास ठराव करून केल्याची नोंद इतिहासात आहे.

राजकुमारी आणि राजकुमार

१० मार्च १८९४ रोजी शाहू महाराजांना कन्यारत्न झाले. अनेक दशकांनंतर कोल्हापूरच्या राजकुटुंबात पाळणा हलला. 'राधाबाई' हे

महाराजांच्या आईंचेच नाव कन्येस दिले गेले. 'राधानगर' व त्या जवळचे धरण याच नावाने ओळखले जाते. असे असले तरी या कन्या पुढे आक्कासाहेब महाराज याच नावाने प्रसिद्ध झाल्या. कन्याजन्मानंतर अवघ्या तीन आठवड्यांत महाराजांना राज्याधिकार प्राप्त झाला. पुढे १८९७ साली युवराज राजारामांचा, १८९९ मध्ये प्रिन्स शिवाजींचा जन्म झाला. या तीन बालकांनी कोल्हापूरचे राजकुटुंब 'गोकुळ' बनवले. असे आनंदाचे, समाधानाचे, सौख्याचे दिवस गेल्या ५० वर्षांत राजकुटुंबाने अनुभवले नव्हते. शाहू-महाराजांच्या जीवनामधील हे आनंदाचे क्षण होते. करवीर गादीस औरस वारसदार लाभले. दत्तक परंपरा खंडित झाली. प्रजाजनांच्या दृष्टीने हे भाग्याचे क्षण होते.

राधाबाई उर्फ अक्कासाहेब महाराज

२१ मार्च १९०८ रोजी शाहू महाराजांनी आपल्या लाडक्या लेकीचे लग्न देवास अधिपती तुकोजीराव पवार यांच्याशी मोठ्या वैभवाने केले. त्यासाठी जुन्या राजवाड्यात भवानी मंदिरासमोर खास मंडप बांधला. आजही तो 'भवानी मंडप' म्हणून त्या मंगल प्रसंगाची साक्ष देत उभा आहे. या सोहळ्यास मुंबई इलाख्याच्या गव्हर्नरासह अनेक प्रतिष्ठित मंडळी उपस्थित होती. महाराजांनी आपल्या लेकीच्या लग्नाबरोबर प्रजाजनांच्या १८ मुलींची लग्ने केली. प्रत्येक नवविवाहित दांपत्यास दरबाराकडून कायमच्या नेमणुकाही करून दिल्या.

युवराज राजाराम व प्रिन्स शिवाजी यांच्या शिक्षणाची जबाबदारी मिसेस आयर्विन या कर्तव्यनिष्ठ शिक्षिकेवर (गार्डियन) सोपवली गेली होती. महाराजांनी त्यांच्याच देखरेखीखाली १९१२ साली उभय राजकुमारांना इंग्लंडला उच्च शिक्षणासाठी पाठविले. आपल्या शिक्षणात राजकुमारांनी 'अभियांत्रिकीविद्या' व 'कृषिविज्ञान' या विषयांचा खास

अभ्यास करावा, अशी त्यांची इच्छा होती. दरम्यान महायुद्ध सुरू झाले. परिणामी आपला अभ्यास अर्धवट ठेवून राजकुमारांना मायदेशी परतावे लागले. काही दिवसांनी महाराजांनी या राजकुमारांना अलाहाबादेस कृषिविज्ञानाच्या प्रशिक्षणासाठी पाठवले.

युवराज राजाराम महाराज

आपल्या दोन्ही पुत्रांनी संस्थानच्या प्रशासनाबरोबर अभियांत्रिकी, कृषी, व्यापार, उद्योग अशा निरनिराळ्या क्षेत्रांत अनुभव मिळवावा, अशी महाराजांची अपेक्षा होती. त्या दृष्टीने त्यांनी व्यापार-उद्योगासाठी त्यांना कंपन्याही काढून दिल्या होत्या. प्रिन्स शिवाजी यांच्यासाठी त्यांनी प्रवासी मोटर कंपनीही सुरू करून दिली होती. युवराज राजारामांना भावी छत्रपती या नात्याने राज्यकारभाराचे शिक्षण मिळावे, म्हणून १९२० सालापासून प्रशासकीय अधिकार दिले गेले होते.

राजकुमारांचे स्वभाव व विवाह

प्रिन्स शिवाजी

युवराज राजाराम हे अत्यंत शांत स्वभावाचे व शालीन प्रवृत्तीचे होते. प्रिन्स शिवाजींचा स्वभाव उमदा व खेळकर होता. इंग्लंडमधील राजकुमारांच्या शाळेच्या प्राचार्यांनी त्यांच्या स्वभावाचे वर्णन करताना म्हटले होते, "Shivaji was a most attractive boy, of a more sporting nature, full of life and innocent mischief. The two brothers were in very strong contrast but both are alike in moral uprightness and nobel aspiration."

लवकरच शाहू महाराजांनी प्रिन्स शिवाजींचा विवाह सासवडच्या शंकरराव जगताप यांच्या जमनाक्का या रूपमती कन्येशी घडवून आणला-(६ जून, १९१७). लग्नानंतर जमनाक्कांचे नाव 'इंदुमती' असे ठेवले गेले. देवी इंदुमती राणीसाहेब या नावाने पुढे त्या प्रसिद्धीस आल्या. युवराज राजारामांचे लग्न महाराज सयाजीराव गायकवाड यांच्या नातीशी करण्याचे योजले होते. आक्कासाहेब महाराजांच्या लग्नापासून या वाटाघाटी सुरू होत्या. अखेर १ एप्रिल, १९१८ रोजी बडोदा मुक्कामी हा विवाहसोहळा मोठ्या थाटामाटात पार पडला. वधूचे माहेरचे नाव 'इंदुमती' होते. आता ते 'ताराबाई' असे ठेवले गेले. याच लग्नाच्या वऱ्हाडातून महाराजांनी सरदार व प्रतिष्ठित पाहुण्यांच्या बरोबर आपल्या राज्यातील अस्पृश्य वर्गातील लोक, फासेपारधी, बेरड, धनगर याही मंडळींना नेले होते. 'लोकराजा शाहूं'चे दर्शन बडोदेकरांना या वेळी घडले असावे.

आकाशीची कुऱ्हाड कोसळली

शाहू महाराजांचा परिवार मोठ्या आनंदात होता. आपल्या दोन्ही राजकुमारांची लग्न होऊन नक्षत्रासारख्या सुना राजवाड्यात आल्याचे मोठे समाधान महाराजांना लाभले होते. पण नियतीला हे पाहावले नाही. कुंभोजजवळच्या जंगलात रानडुकराची शिकार करीत असता भरधाव घोड्यावरून खाली पडून प्रिन्स शिवाजी मृत्युमुखी पडले- (१२ जून १९१८). त्यांच्या लग्नास नुकतेच एक वर्ष होऊन गेले होते. वयाच्या अवघ्या १२ व्या वर्षी इंदुमती राणीसाहेबांना वैधव्य आले. भावी जीवनाची मधुर स्वप्ने रंगवीत असतानाच त्यांच्या संसाराचा सारीपाट उधळला गेला. अख्ख्या राज-परिवारावरच आकाशीची कुऱ्हाड कोसळली!

इंदुमती राणीसाहेब

शाहू महाराज या प्रसंगी बाहेर गावी

होते. ते जेव्हा आले तेव्हा कोवळ्या वयाच्या आपल्या विधवा सुनेकडे पाहत त्यांनी आपल्या बंधूंच्या गळ्यात पडून हंबरडा फोडला, "अरे बापसाब, आता या सुनेचे मी काय करू!"

कालपर्यंत जिचे 'सुवासिनी' म्हणून कौतुक व लाड होत होते, ती आता राजपरिवारात 'फुटक्या कपाळाची' आणि 'पांढऱ्या पायाची' बनून अडगळीत पडली. तो काळच असा होता की, अशा दुर्दैवाचा दोष स्त्रीच्या माथ्यावर मारला जात असे आणि मग सर्व प्रकारच्या उपेक्षांचे जिणे तिला जगावे लागत असे. राजकुटुंबही त्याला अपवाद नव्हते.

महाराजांचा धाडसी निर्णय

आपल्या अभागी सुनेचे भावी जीवन सुसह्य होण्याचा एकच मार्ग शाहू महाराजांना दिसत होता. तो म्हणजे शिक्षणाचा मार्ग. शिक्षणामुळेच तिच्या आयुष्याच्या वाटचालीत बऱ्यावाईटाची कल्पना येणार होती. संकटांना सामोरे जाण्याचे धैर्य व सामर्थ्य मिळणार होते. व्यक्तिमत्त्वाचा खरा विकास घडणार होता. पण रूढीग्रस्त राजपरिवाराला महाराजांचे हे विचार मान्य नव्हते. शिक्षणाने मुली बिघडतात, विशेषत: विधवा मुलीने शिक्षण घेणे म्हणजे अनर्थाचा मार्ग, असा खुद्द राणीसाहेबांसाठी ठाम विश्वास होता. म्हणजे महाराजांना कडवा विरोध राजपरिवारातून होत होता. आपल्या राज्यातील मुला-मुलींच्या सार्वत्रिक शिक्षणाचा आग्रह धरणाऱ्या सुधारणावादी राजाची ही खरी कसोटी होती!

या पार्श्वभूमीवर राजपरिवाराच्या, विशेषत: राणीसाहेबांच्या कडव्या विरोधाला न जुमानता महाराजांनी इंदुमती राणीसाहेबांना शिक्षण देण्याचा धाडसी निर्णय घेतला. यासाठी त्यांनी बंधू बापूसाहेब महाराज, गुरू सर सबनीस व सामाजिक क्षेत्रातील त्यांचे सहकारी वासुदेवराव तोफखाने यांच्याशी सल्लामसलत केली होती. आता सोनतळी कॅम्पवर इंदुमती राणीसाहेबांच्या शिक्षणाची खास व्यवस्था केली गेली. विद्वान, चारित्र्यसंपन्न शिक्षक नेमले गेले.

अशा शिक्षकांपैकी भार्गवराव कुलकर्णी थोडे मानी व विक्षिप्त शिक्षक होते. त्यांचा मान राखला जावा, असे तोफखाने यांनी महाराजांना सुचविताच ते उद्गारले, "मी शिक्षकांना पगार देणार असलो तर तो

त्यांच्या विद्यादानासाठी. विद्येचे महत्त्व मी जाणतो. ती विद्या जोपर्यंत माझ्या सुनेला ते देत आहेत, तोपर्यंत त्यांनी मला मुजरा केला नाही तरी चालेल. उलट माझ्या सुनेच्या कल्याणासाठी मी तिच्या गुरूला जरूर नमस्कार करीन!''

पुस्तकी शिक्षणाबरोबरच इंदुमती राणीसाहेबांना रथसारथ्य, अश्वारोहण, नेमबाजी, शिकार, मोटर ड्रायव्हिंग इत्यादी कलांमध्ये प्रशिक्षण दिले जाऊन त्यात त्यांना तरबेज केले गेले. त्यांची मॅट्रिक परीक्षा झाल्यावर त्यांना दिल्लीच्या झनाना मेडिकल कॉलेजमध्ये वैद्यकीय शिक्षणासाठी महाराज पाठविणार होते. एक उच्चविद्याविभूषित सेवाभावी डॉक्टर म्हणून आपल्या सुनेने भावी आयुष्यात नावलौकिक कमवावा आणि आपले लोकसेवेचे व्रत पुढे चालवावे, अशी महाराजांची तीव्र इच्छा होती. पण त्यांच्या अकाली निधनाने पुढे असे काही घडू शकले नाही.

महाराजांचे संन्यस्थ जीवन

आपल्या लाडक्या पुत्राच्या प्रिन्स शिवाजींच्या अपघाती मृत्यूचा महाराजांच्या मनावर व शरीरावर जबरदस्त आघात झाला होता. या दुर्दैवी घटनेनंतर त्यांना आपल्या आयुष्यात रस वाटेनासा झाला. आपले राहिलेले आयुष्य दलितपतितांच्या उद्धारासाठी, गोरगरिबांच्या कल्याणासाठी खर्ची घालावे, अशी अंत:प्रेरणा त्यांना होऊ लागल्याचे त्यांनी एका पत्रात म्हटले आहे.

महाराजांचे वास्तव आता राजवाड्यावर न राहता ते 'सोनतळ कॅम्प'वर होऊ लागले. एखाद्या संन्यस्तासारखा त्यांचा जीवनक्रम झाला. उघड्या मैदानात बाजेवर ते झोपू लागले. झाडांच्या पारावर बसूनच ते आल्या-गेल्यांच्या भेटीगाठी घेऊ लागले. झाडाखालीच छत्रपतींचा दरबार भरू लागला. खऱ्या अर्थाने हा कोल्हापूरचा राजा 'उपभोगशून्य स्वामी' बनला!

याच कालखंडात महाराजांनी महाराष्ट्राच्या समाजकारणातच नव्हे तर राजकारणातही स्वतःला झोकून दिले. 'सत्यशोधक चळवळी'चे ते आधारस्तंभ बनले तर 'ब्राह्मणेतर चळवळी'चे प्रेरणास्थान झाले. अस्पृश्यता निर्मूलनाची, मागासवर्गीयांच्या उन्नतीची भरीव कामगिरी याच काळात

घडून आली. याच काळात कुलकर्णी वतनांची बरखास्ती करून करवीर संस्थानामधील नव्हे तर अख्ख्या महाराष्ट्रातील ब्रह्मवृंदाचा जळफळाट व शिव्याशाप आपल्या पदरी बांधून घेतले! विषारी मधमाश्यांचे मोहळ उठावे व त्यांनी सर्व बाजूंनी हल्ले चढवावे, अशी परिस्थिती निर्माण झाली.

कौटुंबिक जीवनावरच हल्ले

परिणामी संस्थानाबाहेरच्या 'लोकशाही', 'लोकसंग्रह', 'राजकारण' यांसारख्या ब्राह्मणी वृत्तपत्रांनी शाहू महाराजांच्या चारित्र्यावरच नव्हे तर राजपरिवारातील स्त्रियांवरही आपल्या लेखणीने हल्ले चढविण्यास सुरुवात केली. वेदोक्त प्रकरणापासून असे हल्ले होतच होते. पण महाराजांच्या शेवटच्या कालखंडात या हल्ल्यांची तीव्रता मोठी होती. २१ डिसेंबर, १९२० च्या एका पत्रात महाराजांनी स्पष्टपणे म्हटले आहे, की 'आपल्या घराण्याची दुष्कीर्ती करण्याची ब्राह्मणी वर्तमानपत्रांनी सीमा गाठली आहे.'

ही वृत्तपत्रे संस्थांनाबाहेर असल्याने महाराज त्यांच्या विरोधात काही करू शकत नव्हते. याचाच फायदा उठवून या वृत्तपत्रांनी राजपरिवारास जेवढे बदनाम करता येईल तेवढे केले. अशा बदनामीच्या मोहिमेत महाराजांनी एकेकाळी ज्यांना शंकराचार्य केले होते व ज्यांना पुढे त्यांच्या वर्णवर्चस्ववादी मतामुळे हकलून दिले होते, असे डॉ. कुर्तकोटी अग्रभागी होते. महाराजांची बदनामी करणारे कालौघात नष्ट झाले आणि महाराज मात्र मागे उरले, हे जरी ऐतिहासिक सत्य असले तरी हाती घेतलेल्या कार्यासाठी महाराजांना आपल्या कुटुंबाच्या मानहानीची व त्यापोटी होणाऱ्या मनस्तापाची किती मोठी किंमत द्यावी लागली, याची कल्पना आज आपण करू शकणार नाही.

आता शंभर वर्षांनंतर मागे वळून पाहता असे वाटते की, या राजाने दलितपतितांची, मागासवर्गीयांची बाजू घेऊन वर्णवर्चस्ववाद्यांशी लढा दिला नसता तर त्यांस या अग्निदिव्यातून जाण्याची गरज भासली नसती. पण हाती घेतलेले व्रत या राजाने अखेरपर्यंत सोडले नाही. त्यासाठी त्याने स्वतःवरीलच नव्हे तर कुटुंबावरील हल्ल्याचे घावही

मूकपणे सोसले, हीच इतिहासाची साक्ष आहे.

संदर्भ

१. Memoirs of His Highness Shri Shahu Chhatrapati Maharaja of Kolhapur, Vol. I, p.216
२. राजर्षी शाहू स्मारक ग्रंथ, पृ. २७
३. कित्ता, पृ. २८
४. राजर्षी शाहू : राजा व माणूस, पृ. १११-११२
५. कित्ता, पृ. ११३
६. कित्ता, पृ. ११३-११४
७. राजर्षी शाहू छत्रपतींचे निवडक आदेश, भाग २ रा, पृ.११३-१६३
८. इंदुमती राणीसाहेब, पृ. ८
९. कित्ता, पृ. २१
१०. कित्ता, पृ. ३१
११. राजर्षी शाहू छत्रपती - एक समाजक्रांतिकारक राजा, पृ.४८३

❖

९

राजर्षी शाहू छत्रपती : प्रिन्स शिवाजी मराठा बोर्डिंग आणि आम्ही बहुजन समाजातील मुले

हिंदुस्थानात शेकडो वर्षे बहुजन समाज हा अज्ञान व दारिद्र्य यामध्ये खितपत पडला होता. त्यास महाराष्ट्रही अपवाद नव्हता. महाराष्ट्रातील बहुजन समाज हा विद्याहीन, धनहीन व सत्ताहीन बनला होता. त्याच्या या दुःखाला वाचा फोडण्याचे पहिले कार्य महात्मा जोतिराव फुले यांनी केले. बहुजनांच्या सर्व दुःखाचे, सर्व दैन्यांचे मूळ अज्ञानात आहे, अशी त्यांची ठाम धारणा होती. अज्ञान म्हणजे अविद्या, या अविद्येने शूद्रातिशूद्रांनी बनलेल्या समाजाची कशी हीनावस्था करून टाकली आहे, याबद्दल ते म्हणतात,

"विद्येविना मती गेली। मतीविना नीती गेली।।
नीतीविना गती गेली। गतीविना वित्त गेले।।
वित्तविना शूद्र खचले। इतके अनर्थ एका अविद्येने केले।।"

या अनर्थातून, या गर्तेतून बहुजन समाजास वर काढण्याचा एक उपाय म्हणजे शिक्षण, असे आपल्या बांधवांना सांगणारा पहिला महात्मा म्हणजे जोतिराव फुले. त्यासाठी त्यांनी शिक्षणात मागासलेल्या समाजासाठी, विशेषतः अस्पृश्य समाजातील मुला-मुलींसाठी, शाळा

काढल्या. १४ वर्षांखालील सर्व मुला-मुलींना मोफत सक्तीचे शिक्षण दिले गेले पाहिजे, म्हणून सन १८८२ च्या हंटर कमिशनसमोर तशी साक्ष देऊन इंग्रज राज्यकर्त्यांकडे आग्रह धरला. सरकारने लॉर्ड मेकॉलेचा 'झिरपणीचा सिद्धांत' स्वीकारला होता. तो महात्मा फुल्यांनी धिक्कारून शिक्षण खालून वर गेले पाहिजे, असा सामाजिक न्यायाचा नवा सिद्धांत मांडला.

शिक्षणानेच आमचा तरणोपाय आहे : राजर्षी शाहू

राजर्षी शाहू छत्रपती महाराजांनी महात्मा फुल्यांच्या शिक्षणाच्या सूत्राचा पुरस्कार केला. कोणतेही सुधारणेचे पाऊल शिक्षणाशिवाय पुढे पडणार नाही, अशी त्यांची मनोमन खात्री होती. त्यासाठी समाजात ९७% असणाऱ्या मागासलेल्या वर्गांना किमान प्रथम प्राथमिक शिक्षण मोफत व सक्तीचे केले पाहिजे, असे त्यांनी अनेक सभांतून प्रतिपादले होते. एके ठिकाणी ते म्हणतात,

"शिक्षणानेच आमचा तरणोपाय आहे, असे माझे ठाम मत आहे. शिक्षणाशिवाय कोणत्याही देशाची उन्नती झाली नाही, असे इतिहास सांगतो. अज्ञानात बुडून गेलेल्या देशात उत्तम मुत्सद्दी व लढवय्ये वीर कधीही निपजणार नाहीत. म्हणूनच सक्तीच्या व मोफत शिक्षणाची हिंदुस्थानला अत्यंत आवश्यकता आहे. या बाबतीत आमचा गतकाल म्हटला म्हणजे इतिहासातील एक अंधारी रात्र आहे. फक्त एकाच जातीने विद्येचा मक्ता घेतला होता. मनू व त्याच्या मागून होऊन गेलेल्या शास्त्रकारांनी त्या त्या वेळच्या ध्येयाला अनुसरून निरनिराळ्या जातीच्या व्यवहारास बंधनकारक असे निर्बंध (कायदे) रचिले आणि कमी जातींच्या लोकांना विद्यामंदिराचे दरवाजे बंद करण्यात आले. त्यांचे स्वत:चे धर्मग्रंथ आणि वेद हे सुद्धा वाचण्याची त्यांना मनाई होती."

शिक्षणाची मक्तेदारी असलेली जात म्हणजे ब्राह्मण, त्यांनी शिक्षणातच नव्हे तर धर्म, प्रशासन, अर्थकारण, शास्त्रे, कला, साहित्य अशा सर्वच क्षेत्रांत त्यांची मक्तेदारी प्रस्थापित केली होती.

ब्राह्मणांची ही प्रगती विद्येमुळे तर बहुजनांची अधोगती अविद्येमुळे

झाली होती. म्हणून विद्येच्या, म्हणजे शिक्षणाच्या बहुजनांमधील प्रसारासाठी शाहू महाराजांनी अनेक ठोस पावले उचलली. सक्तीच्या मोफत प्राथमिक शिक्षणाचा कायदा त्यांनी सन १९१७ साली केला. पण तत्पूर्वीच बहुजन समाजातील मुलांना कोल्हापुरात शिक्षणाची सुविधा मिळावी, म्हणून त्यांनी विविध जाती-धर्मांची वसतिगृहे स्थापन केली. कोल्हापूर संस्थानात ज्या काही प्राथमिक शाळा होत्या, त्यामधून शिकून बाहेर पडणाऱ्या बहुजन समाजातील मुलांची उच्च शिक्षणासाठी लागणारी काहीच सुविधा कोल्हापुरात उपलब्ध नव्हती. अशी सुविधा वसतिगृहाच्या रूपाने कोल्हापुरात निर्माण करावी, असे महाराजांनी ठरविले. महाराजांच्या या निर्णयास वडगावच्या पांडुरंग चिमणाजी पाटील या मॅट्रिक झालेल्या विद्यार्थ्याची कथा निमित्तमात्र झाल्याचे इतिहास सांगतो.

पहिले वसतिगृह - व्हिक्टोरिया मराठा बोर्डिंग

शाहू महाराजांचा हा निर्णय अभूतपूर्व होता. कारण आतापर्यंत हिंदुस्थानात कोणत्याही शहरी अशी वसतिगृहे स्थापन झाली नव्हती. हा एक अभिनव प्रयोग होता आणि हा प्रयोग करण्यापूर्वी महाराजांनी त्या काळचे प्रख्यात उदारमतवादी नेते न्या. रानडे व नामदार गोखले या दोघांशी विचारविनिमय केला होता. एवढेच नव्हे तर त्यांनी मुंबई इलाख्याचे त्या वेळचे शिक्षण संचालक गाइल्स यांचाही सल्ला घेतला होता. त्या सर्वांनी महाराजांची कल्पना स्तुत्य ठरवून उचलून धरली होती. विद्येत मागासलेल्या वर्गाच्या उन्नतीसाठी अशा प्रकारच्या वसतिगृहांचा मोठा फायदा होईल, असे सर्वांचे मत पडले. आणि मग दत्ताजीराव घाटगे (काकासाहेब), भास्करराव जाधव, दाजीराव विचारे, शिवाजीराव सावंत, आप्पासाहेब म्हैसाळकर, मामासाहेब खानविलकर या आपल्या जिवाभावाच्या सहकाऱ्यांना पुढे करून शाहू छत्रपतींनी १८ एप्रिल, १९०१ रोजी 'व्हिक्टोरिया मराठा बोर्डिंग'ची स्थापना केली. देशातील हे पहिलेवहिले विद्यार्थी-वसतिगृह होते आणि पांडुरंग चिमणाजी पाटील (जे पुढे डॉ. पी. सी. पाटील या नावाने थोर कृषितज्ज्ञ झाले) हे या वसतिगृहाचे पहिले विद्यार्थी झाले!

याच साली कोल्हापुरात जैन बोर्डिंगची स्थापना करण्यात आली. त्यानंतर लिंगायत, मुस्लीम, अस्पृश्य, सोनार, शिंपी, पांचाळ गौड सारस्वत, इंडियन ख्रिश्चन, चां. का. प्रभू, वैश्य, ढोर-चांभार, सुतार, नाभिक, सोमवंशीय आर्यक्षत्रिय, कोष्टी अशा एकूण २० वसतिगृहांची स्थापना शाहू छत्रपतींच्या प्रेरणेने व मदतीने झाली. प्रत्येक वसतिगृहास जागा, इमारत, वार्षिक अनुदान, उत्पन्नाचे साधन म्हणून जमीनजुमला अशा स्वरूपात मदत दिली गेली. इंग्लंडला ज्याप्रमाणे 'Mother of Parliaments' असे म्हटले जाते, तसे शाहू महाराजांच्या शब्दांत कोल्हापूर हे 'Mother of Boarding Houses' झाले! या वसतिगृहमालिकेत 'प्रिन्स शिवाजी मराठा फ्री बोर्डिंग हाउस' हे एक वैशिष्ट्यपूर्ण असे वसतिगृह उदयास आले.

'प्रिन्स शिवाजी बोर्डिंग' का स्थापन झाले!

शाहू महाराजांनी कोल्हापुरात प्रत्येक जातीसाठी स्वतंत्र अशी वसतिगृहे स्थापन केली. मराठ्यांसाठीचे तर पहिलेच वसतिगृह होते. अशा परिस्थितीत आणखी एक 'मराठ्यांचे वसतिगृह' का स्थापन झाले, हा एक कुतूहलाचा व संशोधनाचा विषय आहे. असे दिसते की, 'व्हिक्टोरिया मराठा बोर्डिंग'मध्ये मराठा समाजातील ग्रामीण भागांतील पाटील, देशमुख, चौगले अशा प्रतिष्ठित घराण्यांतील मुले शिकत होती. ज्यांना आपली मुले कोल्हापुरात पाठविण्याची ऐपत होती, अशा बऱ्यापैकी आर्थिक परिस्थिती असणाऱ्या पालकांची ही मुले होती. खरे तर याच स्तरांतील पालक आपल्या मुलांना कोल्हापूरला पाठवीत होते. त्यासाठी अल्प प्रमाणात का होईना, पण काही फीही आकारली जात असावी.

पण कालौघात संस्थानातील रयत शिकू लागली, बलुते-अलुते समाजातील लोकांनाही आपल्या मुलांना शिक्षण मिळावे, असे वाटू लागले. पण कोल्हापुरात पाठविण्याची त्यांची ऐपत नव्हती. अशा मुलांच्या शिक्षणाचा प्रश्न निर्माण झाला. हा प्रश्न मराठा समाजातील जाणत्या पुढाऱ्यांना अस्वस्थ करू लागला. 'व्हिक्टोरिया मराठा बोर्डिंग'ची विद्यार्थी-क्षमता मर्यादित होती. गरीब मराठा किंवा तत्सम समाजातील

सर्वच मुलांना तेथे प्रवेश मिळणे अवघड होते. अशा वेळी गरिबांच्या मुलांनी कुठे जावे? निराधार, निराश्रित मुलांनी कुणाच्या तोंडाकडे पाहावे? कोल्हापुरातील प्रतिष्ठित, सुशिक्षित अशा मराठावर्गाची काही सामाजिक व नैतिक जबाबदारी आहे की नाही? मराठा समाजातील सहृदयी व कनवाळू मनाच्या सुशिक्षित व विचारी गृहस्थांना पडलेल्या या प्रश्नांतूनच 'प्रिन्स शिवाजी मराठा फ्री बोर्डिंगचा' उदय झालेला आहे. कोल्हापुरात स्थापन झालेल्या कोणत्याही बोर्डिंगच्या नावात 'फ्री' असा शब्द नाही आहे. तो 'प्रिन्स शिवाजी बोर्डिंग' च्या नावात आहे. हा शब्द काय सुचवितो? ज्यांना शिक्षणावर, राहण्या-जेवणावर, खर्च करण्याची 'पै'चीही ऐपत नाही, अशा गरीब विद्यार्थ्यांसाठी हे बोर्डिंग आहे, अशी त्याच्या स्थापनेच्या वेळच्या संस्थापकांची भूमिका आहे; आणि स्थापनेचा इतिहास पाहिला तर ही भूमिका खरी असल्याचे दिसून येते.

प्रिन्स शिवाजी बोर्डिंग कसे स्थापन झाले!

प्रस्तुत ग्रंथात प्रिन्स शिवाजी बोर्डिंगच्या वाटचालीतील तिसऱ्या वर्षापासूनचे वार्षिक अहवाल दिलेले आहेत. १९४४-४५ हे अहवाल वर्ष रौप्य महोत्सवी वर्ष होते. त्यानिमित्त त्या अहवालात सन १९२० साली कोल्हापुरात हे बोर्डिंग कसे स्थापन झाले, याची कथा दिली आहे. अहवालात म्हटले आहे -

''राजर्षी छत्रपती शाहू महाराजांचे वास्तव्य सोनतळीत असे. तेथील मुदपाकखान्यात (भोजनगृहात) छत्रपती शाहू महाराज यांचा परिवार व लवाजमा मिळून दररोज शे-पाचशे मंडळींची जेवणाची व्यवस्था होत असे. रावसाहेब नारायणराव सरदेसाई व मे. श्रीपतराव मंडलिक यांनी तेथेच जवळपास असणाऱ्या दोन अनाथ मुलांना स्वअधिकारात जेवण्यास मुभा दिली. ती मुले रोज जेवण करून शाळेला जाऊ लागली. पुढे १५ दिवसांनी ही बाब शाहू महाराजांच्या लक्षात आली. त्यापैकी एक मुलगा मराठा व एक हरिजन होता. महाराजांना अस्पृश्योद्धाराविषयी कळवळा होता व त्यात एक हरिजन मुलगा आहे, म्हटल्यानंतर महाराजांना अतिशय आनंद झाला व 'आणखी दहा विद्यार्थ्यांची जर सोय होत

असेल तर एक स्वतंत्र बोर्डिंग मी स्थापन करेन,' असे महाराज म्हणाले आणि याप्रमाणे प्रथम अनाथ मुले घेऊन वसतिगृहाचा श्रीगणेशा झाला. पुढे त्याला संघटित स्वरूप देण्याच्या हेतूने रावसाहेब नारायणराव सरदेसाई, मे. मामासाहेब मिणचेकर इनामदार, मे. श्रीपतराव मंडलिक, मे. शिवराम खंडेराव घाटगे, मे. खंडेराव बागल वकील आदी नेत्यांनी ब्राह्मणेतर संघाचे हॉलमध्ये मे. रावबहाद्दूर बाळासाहेब गायकवाड यांच्या अध्यक्षतेखाली १ जुलै, १९२० रोजी एक सभा आयोजित केली. हाच आपल्या संस्थेच्या संस्थापनेचा उज्ज्वल भवितव्याचा मंगल दिन होय. या संस्थापनेच्या कामी 'विजयी मराठाकार' मे. श्रीपतराव शिंदे, मे. कृष्णराव साळोखे, मे. गोविंदराव शिंदे, मे. चंद्रोबा नरके, मे. शंकरराव साळोखे, मे. बाबूराव यादव, गुरुवर्य सासनेमास्तर इत्यादी सद्‌गृहस्थांचे बहुमोल सहकार्य लाभले.

प्रारंभी या संस्थेला सुस्थिती नव्हती. ब्राह्मणेतर क्लबचे पाठीमागील झोपडी म्हणजे संस्थेची इमारत.तत्कालीन विद्यार्थ्यांची वसतिगृहातील परिस्थिती फार बिकट होती. पण संस्था चालक खंबीर मनाचे होते. त्यांनी मुलांना बरोबर घेऊन घरोघरी भाजी-भाकरीची भिक्षा झोळी घेऊन जमविण्याचे काम केले. त्यानंतर मे. श्रीपतराव शिंदे, मे. सुबराव निकम, मे. दासराम जाधव, मे. बाबूराव घुगरे, मे. ज्ञानोबा निकम, मे. केशवराव साळुंखे, मे. गोविंदराव शिंदे आदी मंडळींनी कोल्हापुरातील प्रत्येक पेठेत सभा घेऊन या संस्थेची उपयुक्तता व गरज जनतेला पटवून दिली आणि विद्यार्थ्यांना वार देण्याची पद्धत रूढ केली. तथापि, संस्थेच्या अनेक गरजा होत्या. संस्थेचे नेते रावसाहेब नारायणराव सरदेसाई, मे. मामासाहेब मिणचेकर, मे. श्रीपतराव मंडलिक यांनी अविश्रांत श्रम करून निकडीच्या गरजा राजर्षी छत्रपती शाहू महाराज यांच्या नजरेस आणून दिल्या आणि त्याच वेळी महाराजांनी कृपावंत होऊन संस्थेला कोठीशाळेची इमारत बक्षीस दिली.गडहिंग्लज पेट्यातील नूल वगैरेचे उत्पन्न संस्थेच्या नावे केले. १० विद्यार्थ्यांचा शिधा हुजूर खाजगीतून मंजूर करणेत आला व ज्या हायस्कूलला सरकारी ग्रॅन्ट मिळते त्या त्या हायस्कूलात संस्थेचे विद्यार्थी मोफत घ्यावेत, असा हुजूरातून हुकूम देणेत आला.

सुरुवातीची १५ ते २० वर्षे संस्थेची जबाबदारी पेलण्यात अनेक

समर्थ व्यक्ती कारणीभूत झाल्या. त्यांनी हे संस्थेचे शिवधनुष्य तन्मयतेने आपल्या खांद्यावर घेतले होते. मे. मामासाहेब मिणचेकर, न्या. व्ही. जी. चव्हाण, मे. गोविंदराव शिंदे, मे. चंद्रोबा नरके, मे. कृष्णराव साळोखे हे सद्‌गृहस्थ संस्थेच्या स्थापनेपासून अव्याहत झटत आले. रावबहादूर डी. एम. भोसले, प्राचार्य एम. आर. देसाई, डॉ. ए. जी. पवार इत्यादी मान्यवर सद्‌गृहस्थांच्या समर्थ कर्तृत्वामुळेच संस्थेला आजचे आदर्श स्वरूप प्राप्त झाले.

बोर्डिंग स्थापनेची दुसरी कथा

राजर्षी शाहू छत्रपतींचे सच्चे अनुयायी, निर्भीड पत्रकार व सत्यशोधक नेते विजयी मराठाकार श्रीपतराव शिंदे यांचे चरित्र त्यांचे चिरंजीव माधवराव शिंदे यांनी सन १९७३ साली प्रकाशित केले आहे. या चरित्रात त्यांनी 'प्रिन्स शिवाजी बोर्डिंग'च्या स्थापनेची कूळकथा दिली आहे. मूळ मजकूर हा 'प्रजा' नावाच्या वृत्तपत्रात अग्रलेखाच्या रूपाने आला आहे. तो आम्ही वाचकांच्या माहितीसाठी जसाच्या तसा उद्‌धृत करत आहोत-

''पुणे येथे गुरुवर्य बापूराव बच्चाजी शिंदे या पेन्शनर गृहस्थांनी मराठा विद्यार्थ्यांसाठी एक फ्री बोर्डिंग चालविले होते. सुरुवातीला १०-२० विद्यार्थी त्यांनी घेतले. त्यांच्यासाठी मराठा गृहस्थांच्या घरी वार लावलेले असत. त्याप्रमाणे भाकरीसाठी एक पत्र्याची पेटी, भातासाठी एक पत्र्याची पेटी आणि आमटीसाठी एक मोठे पातेले घेऊन दररोज ठरलेल्या घरी ही मुले जात. ते अन्न एकत्र जमवीत आणि बोर्डिंगच्या आसऱ्याखाली एकत्र सहभोजन करून निघून जात. ब्राह्मण वर्गाला याचक वृत्तीचे बाळकडू असते. पण ४० वर्षांपूर्वी आपला इतिहास, घराणे आणि परंपरा यांचा भलताच अभिमान बाळगणारी मराठा समाजातील मुले विद्येसाठी भीक मागतील, ही घटना जवळजवळ अशक्यच होती. एवढ्या मनाच्या तयारीने एकत्र आलेली ही मुले अभ्यासात किती तत्पर असतील, हे सांगण्याची जरुरी नाही. त्या वेळी श्रीपतराव शिंदे यांच्यामार्फत छत्रपतींना बोर्डिंग दाखविण्यास आणण्याचे योजिले. त्याप्रमाणे शिंदे यांनी बोर्डिंगची हकिकत राजर्षींच्या कानावर घालून बोर्डिंगला भेट

देण्याची विनंती केली.

शाहू महाराज म्हणाले, "श्रीपतराव, तुम्ही हे काय सांगता? आमची कार्टी शिकायचीच नाहीत. मी अनुभव घेऊन बसलो आहे." पण बाबूराव जेधे वगैरे स्थानिक कार्यकर्त्यांचा निरुत्साह होऊ नये, म्हणून महाराजांनी भेटीचे कबूल केले. आकस्मिक, एके दिवशी महाराज मोटारीतून श्रीपतराव शिंदे यांना घेऊन, बोर्डिंगच्या इमारतीपुढे उभे राहिले. बोर्डिंग त्यावेळी एका धर्मशाळेत होते. चढायला धड जिना नाही. कसेबसे महाराज दुमजल्यावर येऊन उभे राहिले. वर बोर्डिंगची मुले, कोण उघडा, कोण बोडका, असे दोघे-तिघे पेट्यांतून आणलेल्या अन्नाची प्रतवारी लावीत होते. वर्दी न देता त्यांच्या पाठीमागे उभी राहिलेली शाहू छत्रपतींची धिप्पाड स्वारी पाहून त्यांची कोण धांदल उडाली असेल, याची कल्पनाच करावी. बसावयाला मोडकी खुर्चीही त्या ठिकाणी नव्हती.

एक हात श्रीपतराव शिंदे यांच्या खांद्यावर ठेवून,हा मराठ्यांचा छत्रपती विचारत होता,"काय रे पोरा! कसले डबे हे? उघडा पाहू." मुलांनी पेट्या उघडल्या. आतील अन्न महाराजांनी पाहिले, नंतर "जेवा आता!" असे म्हणून परत दुसऱ्या खोलीत शिरले. मध्यंतरी एखादा हार तरी मिळतो काय, हे पाहण्यासाठी शिंदे जरा बाजूस गेले होते. त्यांना उद्देशून महाराजांनी आपल्या पहाडी आवाजात हाक मारली. नंतर त्यांच्या खांद्यावर हात ठेवून सद्‍गदित कंठाने राजर्षींनी उद्‍गार काढले, "श्रीपतराव! ही मराठ्यांची मुले भीक मागून विद्या शिकू लागली, हे बघून मला फार आनंद झालाय!" शाहूरायांचे डोळे आणि अंत:करण भरून आले होते. ते पुढे म्हणाले, "आता मला थोडी का होईना आशा वाटते, की माझा समाज, असाच काही कोपऱ्यात धूळ खात पडणार नाही." राजर्षींच्या नजरेत उभे राहिलेले ते दैवी अश्रू मराठा समाजाच्या संजीवनीचा वर्षाव करीत होते. हार नाही, तुरे नाहीत,माझी मुले भीक मागून विद्या शिकण्याइतकी तयार झाली आहेत, या आनंदाच्या भरात महाराज परत गेले.

"त्यानंतर मला असले बोर्डिंग काढून द्या!" असे त्यांनी (महाराजांनी) श्रीपतराव शिंदे यांच्या मागे टुमणे लावले आणि शाहूरायांच्या तेजस्वी शिष्याने कोल्हापुरास आल्यानंतर आपल्या मित्रमंडळींच्या साहाय्याने

आणि राजर्षींच्या कृपाशीर्वादाने 'प्रिन्स शिवाजी मराठा बोर्डिंग'ची स्थापना केली. प्रत्यक्षात बोर्डिंग कसे स्थापन झाले, याचा वृत्तांत देताना माधवराव शिंदे लिहितात-

''शाहू महाराजांनी फ्री बोर्डिंग स्थापन करण्याची सर्व जबाबदारी श्रीपतरावांवर सोपविल्यानंतर त्यांनी कोल्हापुरास येऊन पेठेवार सभा घेण्यात प्रारंभ केला. याकामी त्यांना प्रारंभापासून त्यांचे बालमित्र कृष्णराव दौलतराव साळोखे यांची फार मोठी मदत झाली. कोल्हापुरातील निरनिराळ्या पेठांत होणाऱ्या सभांमध्ये खंडेराव गोपाळराव बागल वकील, रामचंद्र बाबाजी जाधव (दासराम), बाबूराव यादव व पुण्याचे गुरुवर्य बाबूराव गणपतराव जगताप वगैरेंची भाषणे होत व अशा बोर्डिंगची आवश्यकता जनतेस पटवून दिली जात असे. त्यांच्या भाषणांचा करवीर नगरवासीयांवर बराच परिणाम झाला. सभा संपल्यानंतर ते बोर्डिंगातील विद्यार्थ्यांना माधुकरी व वार देण्यासाठी आपली नावे स्वयंस्फूर्तीने नोंदवू लागले. पुरेसे सभासद झाल्यानंतर बोर्डिंगच्या स्थापनेची सभा ब्राह्मणेतर संघाच्या हॉलमध्ये ता. १ जुलै १९२० रोजी भरविण्यात आली. सभेचे अध्यक्ष रावबहादूर बाळासाहेब गायकवाड होते. पुण्याचे गुरुवर्य बाबूराव जगताप यांचेही या वेळी भाषण होऊन, संस्थेची घटना व नियम मंजूर करणेत आले व शाहू महाराजांचे धाकटे सुपुत्र कै. प्रिन्स शिवाजी महाराज यांच्या स्मृतिप्रीत्यर्थ या बोर्डिंगचे नाव 'प्रिन्स शिवाजी मराठा बोर्डिंग' असे देण्यात आले.

ऐतिहासिक वास्तव काय आहे?

अशा प्रकारे 'प्रिन्स शिवाजी मराठा फ्री बोर्डिंग हाऊस'च्या स्थापनेच्या दोन वेगवेगळ्या कथा सांगितल्या गेल्या आहेत. असे असले तरी त्या एकमेकांस पूरक आहेत. सन १९४८-४९ च्या अहवालात बापूराव शिंदेंच्या पुण्यातील 'फ्री बोर्डिंग'च्या कार्यावरून राजर्षी शाहू छत्रपतींच्या अंत:करणात तशा प्रकारचे बोर्डिंग कोल्हापुरात स्थापन व्हावे, या कल्पनेने मूळ धरल्याचे स्पष्ट म्हटले आहे.

बोर्डिंगच्या दोन्ही जन्मकथांतून काही बाबी स्पष्टपणे पुढे येतात-

१. बोर्डिंगला सुरुवातीला जी मुले मिळाली, ती महाराजांच्या मुदपाकखान्यात जेवणारी दोन अनाथ मुले होती. त्यापैकी एक मराठा व दुसरा अस्पृश्य होता.

२. श्रीपतराव शिंदे यांच्या आग्रहास्तव महाराजांनी बापूराव शिंदे यांच्या 'फ्री बोर्डिंग'ला भेट दिल्यानंतर त्यांचे हृदय तेथील दृश्याने भरून आले.विद्येसाठी मराठ्यांची मुले माधुकरी मागायला लागली, हे मराठा समाजजागृतीचे सुचिन्ह असल्याची त्यांची खात्री झाली.

३. अशा प्रकारचे एक बोर्डिंग कोल्हापुरात त्यांनी पुढे होऊन स्थापनकरावे, अशी आज्ञा श्रीपतरावांना केल्यावर त्यांनी कोल्हापुरातील रावसाहेब नारायणराव सरदेसाई, श्रीपतराव मंडलिक, बाळासाहेब गायकवाड, कृष्णराव साळोखे, ॲड. खंडेराव बागल, गोविंदराव शिंदे, चंद्रोबा नरके, शंकरराव साळोखे, बाबूराव यादव, गुरुवर्य सासने, सुबराव निकम, दासराम जाधव, न्या. व्ही. जी. चव्हाण, मामासाहेब मिणचेकर इत्यादी सामाजिक कार्यकर्त्यांच्या समवेत बोर्डिंगची स्थापना केली. बोर्डिंगच्या स्थापनेचे श्रेय कोणा एका व्यक्तीला न जाता या सर्व कार्यकर्त्यांना जाते. पुण्याचे गुरुवर्य बाबूराव जगताप यांनीही या कामी पुढाकार घेतला होता.

४. बोर्डिंगची सुरुवात ७ विद्यार्थ्यांनिशी झाली. प्रारंभी ही मुले घरोघरी जाऊन भाजी-भाकरीची 'भिक्षा'गोळा करत होती.नंतर बोर्डिंगच्या चालकांनी गावातील सात पेठांच्या प्रमुखांना भेटून तेथे या ७ विद्यार्थ्यांच्या जेवणाची वाराने सोय केली.पुढे विद्यार्थ्यांची संख्या वाढल्यावर वार देणाऱ्या गृहस्थांची संख्याही वाढली.

५. पुढे यथावकाश महाराजांनी या बोर्डिंगास जागा, इमारती, जमिनीचे उत्पन्न इत्यादी देणग्या दिल्या. खरे तर बोर्डिंग स्थापनेच्या मागे महाराजांची प्रेरणा होती. तेच खरे संस्थापक होते.

शाहू छत्रपतींचा एक अभिनव प्रयोग

'प्रिन्स शिवाजी बोर्डिंग'च्या निर्मितीमागे शाहू छत्रपतींची प्रेरणा असेल तर मग त्या बोर्डिंगच्या विद्यार्थ्यांना माधुकरी मागून अथवा वार लावून आपले शिक्षण का घ्यावे लागत होते, असा प्रश्न साहजिकच मनात येतो. महाराजांच्या मुदपाकखान्यात रोज शे-पाचशे लोकांचे अन्न तयार होत होते, तर बोर्डिंगमधील पाच-पंचवीस मुलांच्या अन्नाची सोय त्यांनी का केली नाही? असाही प्रश्न उत्पन्न होतो.

या प्रश्नाचे सरळ व साधे उत्तर असे आहे की, महाराजांना तशी सोय निर्माण करायचीच नव्हती. महाराज एक प्रयोगशील राज्यकर्ते होते. धर्म, कृषी, प्रशासन, अर्थकारण, कला इत्यादी अनेक क्षेत्रांत त्यांनी नवनवीन प्रयोग केले. तसे समाजकारणातही केले. धर्माच्या क्षेत्रात त्यांनी 'क्षात्रजगद्गुरू' चा प्रयोग केला; कृषिक्षेत्रात चहा, कॉफीच्या मळ्याचा प्रयोग केला, प्रशासनात मागासवर्गीयांच्या आरक्षणाचा प्रयोग केला; अर्थकारणात सहकारी संस्थांचा प्रयोग केला तशाच प्रकारे शिक्षण व समाजकारण या क्षेत्रांतही त्यांनी अनेक प्रयोग केले. काही यशस्वी झाले तर काही फसले. शिक्षणाच्या क्षेत्रात त्यांनी एकदा 'वतनी शिक्षका'चा प्रयोग केला होता; पण तो यशस्वी झाला नाही.

अशा प्रकारे हुशार मुलांना शिक्षण देऊन आपल्या संस्थानातील अधिकाराच्या जागांवर नेमण्याचा महाराजांनी प्रयोग केल्याची नोंद आहे. पण हाही प्रयोग फसला. श्रीपतराव शिंद्यांच्या चरित्रात ही कथा दिली आहे. त्यात म्हटले आहे, की शाहू महाराजांना बहुजन समाजातील तरुण शिकून पुढे यावेत, त्यांनी संस्थानात अधिकाराच्या जागांवर कामे करावीत आणि त्या मार्गाने आपल्या समाजाची प्रगती करावी, अशी तीव्र इच्छा होती. म्हणून त्यांनी सुरुवातीला ठिकठिकाणचे १०-२० तरुण जमा केले. सुग्रास भोजन, झोकदार कपडे, घोड्यांची गाडी अशा थाटात हा शिक्षण प्रयोग यशस्वी झाला नाही. शाहूरायाला यामुळे फार वाईट वाटले व त्यांनी हा नाद सोडून दिला.

आणि म्हणूनच माधुकरी मागून शिकणाऱ्या विद्यार्थ्यांच्या बोर्डिंगला भेट देण्याचा आग्रह श्रीपतराव शिंद्यांनी महाराजांना केला तेव्हा ती गोष्ट त्यांना खरी वाटली नाही, आणि मग जेव्हा त्यांनी आपल्या भेटीत

भिक्षा मागून आणलेले अन्न आपसात वाटून घेणारी मुले पाहिली, तेव्हा त्यांच्या डोळ्यांत आनंदाश्रू उभे राहिले. खरे म्हणजे आपल्या समाजातील मुलांवर अशी दयनीय अवस्था ओढावल्याबद्दल त्यांच्या डोळ्यांत दुःखाश्रू उभे राहिले पाहिजे होते. पण ते अश्रू आनंदाचे होते.

शिक्षण, विद्या ही सर्व सुधारणांची, सर्व प्रगतीची गुरुकिल्ली आहे. शतकानुशतके ही किल्ली ब्राह्मणांनी आपल्या कंबरेला बांधून ठेवली होती. त्यासाठी वाटेल ते कष्ट भोगायला ब्राह्मणवर्ग तत्पर असे. प्रसंगी माधुकरी मागेल, पण शिक्षणाची कास सोडणार नाही, असे त्यांचे ब्रीद होते. अशी विद्येबद्दलची अभिलाषा, त्यासाठी अपार कष्ट व प्रसंगी अवहेलना झेलण्याची मनाची तयारी हे गुण काही बाजारात विकत मिळत नाहीत. ते समाजातील जाणत्या विचारवंतांनी केलेल्या प्रबोधनातून उदयास येतात. असे प्रबोधन, अशा गुणांचा उदय मराठा समाजात होत आहे, हे पाहून शाहू महाराजांचे हृदय भरून आले. डोळ्यांत आनंदाश्रू आले.

आणि मग अशाच प्रकारचा प्रयोग महाराजांनी आपल्या करवीर नगरीत करायचा ठरविले आणि आपल्या मनीची इच्छा त्यांनी श्रीपतरावांना सांगितली. हा प्रयोग यशस्वी झाला तर विद्येचे माहेरघर असणाऱ्या पुण्याप्रमाणे करवीर नगरीतही मराठा समाजातील पुढारी आपल्या समाजातील मुलांच्या शिक्षणासाठी किती कष्ट घ्यायला तयार आहेत, त्यांच्या ठिकाणी किती तळमळ आहे, किती चिकाटी आहे, हे सिद्ध होणार होते. एक प्रकारे बहुजन समाज शिकावा, शहाणा व्हावा, यासाठी महाराज गेली २०-२५ वर्षे जे प्रयत्न करत होते, या प्रयत्नांची ही फलश्रुती मिळणार होती. ही मराठा पुढाऱ्यांचीच नव्हे तर माधुकरी मागणाऱ्या, वार लावून शिकणाऱ्या मुलांचीही कसोटी होती. एक प्रकारे महाराज त्यांची सत्त्वपरीक्षा घेत होते. या सत्त्वपरीक्षेत जेव्हा ते उत्तीर्ण झाले तेव्हा महाराजांनी या बोर्डिंगवर आपल्या कृपेचा वर्षाव केला, असे इतिहास सांगतो.

प्रिन्स शिवाजी बोर्डिंगची सर्वसमावेशकता

प्रिन्स शिवाजी बोर्डिंग हे प्रारंभी कोल्हापूर संस्थानातील गरीब

विद्यार्थ्यांसाठी सुरू झाले असले, तरी लवकरच मुंबई इलाख्यातील अनेक भागांतून विद्यार्थी बोर्डिंगमध्ये येऊ लागले. सन १९२३-२४ च्या अहवालातील भागवार विद्यार्थ्यांची संख्या पाहिली, की लक्षात येते की अल्पावधीत या बोर्डिंगने चांगली प्रसिद्धी मिळविली होती. भागवार संख्या अशी-

१. करवीर इलाखा - ५७	५. सांगली संस्थान - ३
२. सातारा जिल्हा - १२	६. बेळगाव जिल्हा - १
३. औंध संस्थान - ४	७. जत संस्थान - १
४. नगर जिल्हा -३	८. विजापूर जिल्हा - १

पुढे यात अमरावती जिल्हा, सावंतवाडी संस्थान, पूर्व खानदेश, हैदराबाद (निजाम स्टेट), रामदुर्ग, वऱ्हाड प्रांत इत्यादी भागांची भर पडत गेली. थोडक्यात हे मुंबई इलाख्यातील गरीब विद्यार्थ्यांचे बोर्डिंग म्हणून प्रसिद्ध झाले. दि. २१ नोव्हेंबर, १९२५ रोजी थोर कृषितज्ज्ञ प्रो. पी. सी. पाटील यांनी बोर्डिंगला भेट दिली आणि उत्तम लोकाश्रय लाभलेले हे बोर्डिंग 'महाराष्ट्रातील पहिल्या क्रमांकाचे वसतिगृह,' असल्याचा आपला अभिप्राय नोंदवला.

आणखी एका अर्थाने हे बोर्डिंग सर्वसमावेशक होते. या बोर्डिंगच्या नावात 'मराठा' असे असले तरी आरंभापासून निरनिराळ्या जातींची, अस्पृश्य समाजाची, मुले येथे घेतली जात होती. जातीवरून कोणताही भेदभाव केला जात नव्हता. संस्थेच्या वार्षिक अहवालात जातवार विद्यार्थी संख्या क्वचितच दिलेली आढळते. सन १९५४-५५ या वर्षात पुढीलप्रमाणे जातवार संख्या दिलेली आहे-

१. मराठा	- १७४	६. भोई	- २
२. मुसलान	- ५	७. धनगर	- १
३. लिंगायत	- ३	८. नाभिक	- २
४. ब्राह्मण	- २	९. लोहार	- १
५. हरिजन	- १३	१०. सुतार	- १

वरील तक्त्यावरून प्रिन्स शिवाजी बोर्डिंगमध्ये सर्व जातिधर्मांच्या मुलांना प्रवेश दिला जात असे, हे दिसून येते. खरे तर या बोर्डिंगची सुरुवातच एक मराठा व एक अस्पृश्य अशा मुलांपासून झालेली आहे.

१९४५-४६ च्या अहवालात विद्यार्थी संख्येचा वृत्तांत दिला आहे.

सन १९२० साली प्रारंभी ७ विद्यार्थी होते ते वर्ष अखेरीस २८ झाले. दुसऱ्या वर्षात ५२ तर चौथ्या वर्षात ८२ याप्रमाणे विद्यार्थी संख्या वाढत जाऊन १५ वर्षे सरासरी ११० विद्यार्थी हायस्कूल व कॉलेज शिक्षण घेऊन शिकले. २५ वर्षांत एकूण ७८७ विद्यार्थ्यांनी बोर्डिंगमधून शिक्षणाचा लाभ घेतला. त्यापैकी १५० पदवीधर होते. या सर्वांना दिवाबत्ती, पाणी, राहणे, भोजन व शिक्षण संस्थेमार्फत मोफत दिले जात होते.

सन १९४७-४८ सालापर्यंत संस्थेत विद्यार्थ्यांना वार देणारे २५ आश्रयदाते होते. या साली वार लावण्याची प्रथा बंद करण्याचे तत्त्वतः ठरविले गेले. पुढे यथावकाश ही प्रथा बंद करून बोर्डिंगच सर्व मुलांच्या भोजनाची व्यवस्था पाहू लागले. त्यासाठी फ्रीशिप्स दिल्या जाऊ लागल्या.

बोर्डिंगमधील विद्यार्थी-जीवन

बोर्डिंगमधील विद्यार्थी-जीवन हे वार लावून शिकणाऱ्या विद्यार्थ्यांस शोभणारेच होते. १९२३-२४ च्या अहवालात विद्यार्थ्यांना नेमून दिलेली दिनचर्या सांगितली आहे. विद्यार्थ्यांचा दिवस पहाटे ४.३० ला सुरू होत असे व रात्री १०.०० वा संपत असे. त्यात सकाळ-संध्याकाळ अभ्यासाप्रमाणेच व्यायामाला स्थान होते. झोपण्यापूर्वी १५ मिनिटांचे ईशचिंतन हाही एक कार्यक्रम होता.

विद्यार्थ्यांना प्रवेश देताना त्याची मुलाखत घेतली जाई. अशा प्रकारे मुलाखत घेऊन मुलांना दाखल करण्याचे काम बोर्डिंगच्या संस्थापक-कार्यकर्त्यांची समिती करत असे. त्यात नारायणराव सरदेसाई, दौलतराव भोसले (मामासाहेब मिणचेकर), कृष्णराव साळोखे ही मंडळी अत्यंत निष्ठेने कार्य करत असत. पुढे या कमिटीत रामचंद्र बाबाजी जाधव (दासराम), रावसाहेब व्ही. जी. चव्हाण यांचीही नावे आढळून येतात.

विद्यार्थ्यांमधूनच एक कार्यकारी मंडळ नेमले जाई; आणि त्या मंडळातील सदस्यांकडे बोर्डिंगची कामे नेमून दिली जात. यामध्ये लायब्ररी, आजारी मुलांची व्यवस्था, कोठी व्यवस्था, जेवण व्यवस्था अशा कामांपासून ते पाण्याचा हौद स्वच्छ करण्यापर्यंतची कामे वाटलेली

असत. पुढे बोर्डिंगच्या परिसरात शेती केली जाऊ लागली. त्या वेळी मुले शेतीत काम करून भाजीपाला पिकवू लागली. तीच भाजी स्वयंपाकासाठी वापरली जाऊ लागली.

संस्थेत सन १९५९ साली मुलींचे वसतिगृह सुरू झाले. या वसतिगृहाची पहिली विद्यार्थिनी म्हणून क्रांतिवीर नागनाथआण्णा नायकवडी यांच्या धर्मपत्नी कुसुमताई यांनी प्रवेश घेतला होता. याही वसतिगृहात विविध जातीधर्मांच्या मुलींना प्रवेश दिला जात असे. त्यामुळे पुढे सन १९६७ साली त्या वसतिगृहास 'कॉस्मॉपॉलिटन होस्टेल' म्हणून शासनमान्यता मिळाली.

प्रिन्स शिवाजी बोर्डिंगमधील बहुसंख्य मुले ही खेड्यापाड्यातील शेतकऱ्यांची मुले असायची. त्यातही दलित समाजातील मुलांची संख्या लक्षणीय होती. प्रस्तुत लेखक सन १९५८ ते १९६२ या कालावधीत या बोर्डिंगमध्ये होता. त्यावेळी आमच्या खोलीत दोन दलित मुले होती. आम्ही एकमेकांच्या घरातून आणलेली शिदोरी आवडीने खात असू. एकमेकांच्या तांब्यातील पाणी पीत असू. खेडेगावात आमच्यावर झालेले उच्चनीचतेचे संस्कार इथं अंतर्धान पावले होते. शाहूरायाच्या बोर्डिंगमध्ये आमचे दररोजचेच 'सहभोजन' होत असे. जातीपातीची, शिवाशिवीची बंधने येथे आपोआपच गळून पडली होती. समतेची शिकवण अशा प्रकारे आमच्या रक्तात पसरत चालली होती.

प्रिन्स शिवाजी बोर्डिंग व समाजाचे ममत्व

गोरगरिबांबद्दल कणव असणाऱ्या, शिक्षणाविषयी तळमळ असलेल्या समाजातील धुरीणांनी हे बोर्डिंग स्थापनेसाठी पुढाकार घेतला होता; हाडाची काडे केली होती. ब्राह्मणांच्या मुलांसारखी मराठ्यांची मुले माधुकरी मागून शिकताहेत, हे पाहिल्यावर अनेक प्रतिष्ठित मराठा कुटुंब प्रमुखांनी या मुलांना 'वार' लावून आपल्या घरी आपल्या मुलाबाळांप्रमाणे प्रेम दिले. काहींनी आठवड्यातून एक-दोन वेळी तर काहींनी संपूर्ण आठवडाभर वार दिले. प्रत्येकाने आपापल्या परीने या बोर्डिंगला आपली संस्था म्हणून मदत दिली.

१०००/- रु. देणगी देणारे 'आश्रयदाते', विद्यार्थ्यांना सतत जेवू

घालणारे 'सन्मान्य सभासद' तर आठवड्यातून एक-दोन वेळी जेवू घालणारे अथवा दरमहा १ रुपया देणगी देणारे किंवा धान्य देणारे 'सभासद' म्हणून संस्थेच्या दप्तरी नोंद केली जाई. इतर काहीही मदत उदा. पुस्तके, खाऊ इत्यादी देणारे 'हितचिंतक' म्हणून मानले जात. याशिवाय अनेक मंडळी हुशार विद्यार्थ्यांच्या चांगल्या यशाबद्दल त्यांना रोख बक्षीस अथवा स्कॉलरशिप देत. उदाहरणार्थ एक नोंद पाहा - "मे. खंडेराव गोपाळराव बागल यांनी प्रिव्हिअस पास झाल्याबद्दल विद्यार्थी रामचंद्र बळवंत रेठरेकर याला रु. १०/- दिले." दुसरी नोंद अशी- "मे. बाबूराव आप्पाजी सासने, गॅस मर्चंट, कोल्हापूर यांनी आपले बंधू गणपतराव सासने यांचे स्मरणार्थ १ रु. प्रमाणे स्कॉलरशिप म्हणून १२रु. दिले" (अहवाल वर्ष १९२५-२६).

समाजातील सामान्य माणसे, विशेषत: शेतकरी वर्ग, बोर्डिंगमधील मुलांना 'ही आपलीच मुले' आहेत, या भावनेने अनेक प्रकारची मदत करत असत. एका मुलाला एक दिवसाचे जेवण दिले तर त्याची किंमत ६ आणे धरली जाई. अशी वारांची एकूण रक्कम वर्षात बोर्डिंगला किती मिळाली, हेही वार्षिक अहवालात नमूद केले जाई. सन १९२७-२८ ची मदतीची एक नोंद पाहा -

"या संस्थेतील विद्यार्थ्यांचे निर्वाहाचे साधन करवीरवासी सद्गृहस्थांकडून मिळणाऱ्या अन्नाश्रयावर आणि शहराबाहेरील आश्रयदात्यांकडून मिळणाऱ्या धान्य, वर्गणी, कपडे, गुळाच्या ढेपा वगैरे अन्य रूपाने मिळणाऱ्या मदतीवर अवलंबून आहे. याप्रमाणे चालू साली विद्यार्थ्यांस वार रूपाने मिळणाऱ्या भोजनाचा अंदाजे दररोज सहा आणे प्रमाणे चालू वर्षी २३२१ रु. १० आणे देणगी रूपाने, १२९ रु. ६ आणे व वर्गणी रूपाने १५८ रु. इतकी मदत मिळाली. धान्याच्या स्वरूपात भात, मुलांना खाऊ, जिलेबी, ऊसाचा रस, जोंधळे, बुंदीचे लाडू, वांगी, लाकूड १० मण, डिक्शनरी, कपडे, पुस्तके, स्टेशनरी वगैरे देणगी रूपाने मिळाली.

याशिवाय 'फणस, केळी, पितळी ताटे, लोखंडी पिंपे, छत्री, विजार, शर्ट, धोतर जोड्या, क्रमिक पुस्तके,' अशा अनेक वस्तू समाजातील सर्व स्तरांतील लोक बोर्डिंगच्या मुलांना भेट देत होते.

संस्थेची स्वत:ची अशी लायब्ररी होती. त्यात दरवर्षी नवनव्या

ग्रंथांची भर पडत असे. 'साप्ताहिक पुढारी', 'किर्लोस्कर मासिक' व 'लोकशक्ती' ही वृत्तपत्रे लायब्ररीत येत.

याशिवाय अनेक सद्‌गृहस्थ आपल्याकडे येणारी मासिके व वृत्तपत्रे संस्थेच्या लायब्ररीसाठी पाठवून देत. उदा. संस्थेचे अध्यक्ष रावब. डी. एम. भोसले हे 'इलस्ट्रेटेड वीकली', 'बॉम्बे क्रॉनिकल', 'स्त्री', 'किर्लोस्कर' ही साप्ताहिके व मासिके पाठवीत असत. संस्थेचे दुसरे आश्रयदाते सुबराव बाबूराव निकम यांच्याकडून 'करवीर', 'राष्ट्रवीर' व 'जागृती' ही वृत्तपत्रे मिळत असत. रामचंद्र बाबाजी जाधव (दासराम) यांजकडून त्यांचे 'बाल मासिक' नेमाने येत असे.

कोल्हापूर संस्थानातीलच नव्हे तर संस्थानाबाहेरच्या अनेक शिक्षणप्रेमी लोकांनी संस्थेच्या विद्यार्थ्यांना आर्थिक मदत केल्याचे दिसून येते. १९३४-३५ साली वाई, अहमदनगर, बारामती, पुणे, बहे (वाळवा) इत्यादी ठिकाणच्या लोकांनी विद्यार्थ्यांना रोख रकमेची मदत केलेली आढळून येते.

पुढे १९४० साली 'कोल्हापूर दरबार'ने श्री राजाराम छत्रपतींच्या कारकिर्दीत संस्थेस आपली '५१ ठाण' ही अनेक खोल्यांची इमारत देणगी म्हणून दिली. त्यामुळे बोर्डिंगचा विस्तार एकदम वाढून अनेक गरीब विद्यार्थ्यांच्या राहाण्या-जेवणाची सोय करता आली. त्या ठिकाणी पुढे खास मागासवर्गीय वसतिगृह सुरू करण्यात आले.

प्रस्तुत ग्रंथात प्रसिद्ध करण्यात आलेल्या वार्षिक अहवालातील उपरोक्त नोंदी हेच दाखवितात, की समाजाने या बोर्डिंगला मुक्त हस्ते भरभरून मदत केलेली आहे. उसाच्या रसाच्या घागरीसारखी किंवा गुळाच्या ढेपेसारखी एखाद्या शेतकऱ्याची मदत लहानशी असली तरी त्या मागची भावना, बहुजन समाजाची मुले शिकली पाहिजेत, ही होती हे लक्षात घेतले पाहिजे. बोर्डिंगला लाभलेले समाजाचे ममत्व ही लाख मोलाची गोष्ट होती.

शाहू महाराजांच्या तत्त्वाने चालणारे बोर्डिंग

शाहू महाराजांचे चरित्रकार सांगतात, की महाराजांनी संस्थानात २० हून अधिक निरनिराळ्या जातिधर्मांच्या विद्यार्थ्यांची बोर्डिंग स्थापन

केली. याचा अर्थ स्वतः महाराजांनी पुढे होऊन आपल्या एका हुकमाने ही बोर्डिंग स्थापन केली असे नाही. १९०१ सालापासून ते कारकिर्दीच्या अखेरीपर्यंत हे बोर्डिंग स्थापण्याचे त्यांचे कार्य चालूच होते. या संदर्भात महाराजांचे बोर्डिंगनिर्मितीचे ठरलेले एक सामाजिक धोरण होते. ज्या समाजासाठी बोर्डिंग स्थापन करायचे, त्या समाजातील जाणत्या पुढाऱ्यांना ते बोलावून घेत; शिक्षणाचे महत्त्व समजावून सांगत, तुमच्या समाजाच्या मुलांनी शिकावे म्हणून तुम्ही पुढे आले पाहिजे, आम्ही तुमच्या पाठीशी आहोतच; पण तुम्ही मंडळींनी पुढाकार घेतला पाहिजे, असे त्यांचे सांगणे असे.

जैन समाजाने आपले बोर्डिंग स्थापन करावे, म्हणून महाराजांनी स्तवनिधी येथील जैन धर्मियांच्या धार्मिक मेळाव्यात दरबारचे शिष्टमंडळ पाठवून दिले होते. मुसलमानांनी आपले बोर्डिंग स्थापन करावे म्हणून तर त्यांनी त्यांच्या समाजातील पुढाऱ्यांची एक खास सभा बोलाविली होती आणि जेवढा निधी गोळा कराल तेवढा निधी दरबार देईल, असे जाहीर केले. प्रत्यक्षात त्या निधीच्या कितीतरी पट अधिक निधी त्यांनी दिला. एवढेच नव्हे तर उत्तम सागवान व घडीव दगड वापरून एक भव्य शोभिवंत इमारत बोर्डिंगसाठी बांधून दिली.

असे सर्वच बोर्डिंगच्या बाबतीत त्यांचे धोरण होते. बोर्डिंग स्थापन होताना तसेच ते स्थापन झाल्यावरसुद्धा लोकांचा सहभाग त्यात राहिला पाहिजे; बोर्डिंग म्हणजे सरकारी अनुदानावर चालणारी संस्था असे त्याचे स्वरूप न राहता ती लोकांच्या आश्रयावर, लोकांच्या सहभागावर, चालणारी 'लोक संस्था' झाली पाहिजे, हे शाहू महाराजांचे तत्त्व होते.

प्रस्तुत ग्रंथात छापलेल्या वार्षिक अहवालावरून नजर फिरवल्यास असे दिसून येते, की शाहू महाराजांच्या उपरोक्त लोक-सहयोग तत्त्वानुसार

(Association of the people) चालणारे हे प्रिन्स शिवाजी बोर्डिंग होते. सामान्यातला सामान्य शेतकरी जेव्हा आपल्या खळ्यातील ज्वारीच्या राशीतून एक मण ज्वारी, आपल्या भाताच्या तट्ट्यातील चार पायली भात, गुऱ्हाळ घरातून एक घागर उसाचा रस आणि सोबत एक गुळाची ढेप देतो, तेव्हा आम्हास त्या शेतकऱ्याच्या या बोर्डिंगप्रेमामध्ये शाहू छत्रपतींचे लोकसहयोगाचे तत्त्व काम करताना दिसते. आपली मुले शिकली पाहिजेत, शिक्षणाशिवाय आपला तरणोपाय नाही, शिक्षण

हीच आपल्या सर्व प्रगतीची गुरुकिल्ली आहे, असे केवळ राजाला वाटून चालणारे नव्हते. त्या राजाच्या प्रजाजनानांही तसे वाटले पाहिजे. आपल्या प्रजेत ही नवी जाणीव उत्पन्न करण्यात हा राजा यशस्वी झाला होता. याही अर्थाने शाहू छत्रपती 'लोकराजा' होता.

निष्काम कर्मयोगी मामासाहेब मिणचेकर

संस्था लोकाश्रयावर, लोकांच्या मदतीवर, लोकांच्या प्रेमावर चालतात हे खरे आहे; पण लोकाभिमुख राहून काही ध्येयनिष्ठेने, तत्त्वनिष्ठेने त्या चालवण्यासाठी निरपेक्ष वृत्तीने कार्य करणारे चालक लाभावे लागतात. प्रिन्स शिवाजी बोर्डिंगच्या सुदैवाने अगदी प्रारंभापासून अशा सेवाभावी व्यक्ती लाभल्या. त्या सर्वांची नावे नमूद करण्यास येथे अवकाश नाही. तथापि, प्रातिनिधिक स्वरूपात दौलतराव यशवंतराव भोसले ऊर्फ मामासाहेब मिणचेकर यांच्या कार्याची आवर्जून नोंद घेण्याचा मोह येथे झाल्याशिवाय राहत नाही.

मामासाहेब मिणचेकर

बोर्डिंग स्थापनेचा जो वृत्तांत आज आपणास उपलब्ध आहे, त्यात बोर्डिंग संस्थापकांच्या मांदियाळीत ज्या सामाजिक कार्यकर्त्यांची नावे आढळतात, त्यात मामासाहेब मिणचेकरांचे नाव अग्रभागी आढळते. आपणास उपलब्ध असणाऱ्या सन १९२२-२३ च्या अहवालात त्यांच्याकडे विद्यार्थी दाखल करून घेण्याचे काम सोपवलेले दिसते. पण केवळ विद्यार्थ्यांना प्रवेश दिल्यावर त्यांचे काम संपत नसे. अभ्यासावर त्यांची 'करडी नजर' असते, असे अहवालात नमूद केले गेले आहे.

संस्थेत अनेक पदांवर मामासाहेबांनी काम केले. कार्यकारिणीतील सदस्य, खजानिस, चेअरमन आणि शेवटी अध्यक्ष म्हणून ते सन १९७२ सालापर्यंत कार्यरत राहिले.

१९६७ साली मामासाहेब करवीर नगरीचे नगराध्यक्ष होते. त्याच साली २४ ऑक्टोबर रोजी त्यांच्या संस्थेतील सहकाऱ्यांनी त्यांचा सत्कार महाराष्ट्र राज्याचे महसूल मंत्री नाम. बाळासाहेब देसाई यांच्या हस्ते घडवून आणला. मामासाहेबांच्या चाहत्यांनी त्यांना या प्रसंगी रु.२१,००१/- ची थैली अर्पण केली. त्यात मामासाहेबांनी रु. ५०१/- ची भर घालून तो सर्व निधी संस्थेच्या महाराष्ट्र हायस्कूलच्या बांधकामासाठी देणगी म्हणून दिला.

बाळासाहेब हे बोर्डिंगचे विद्यार्थी. सातारा जिल्ह्यातील मरळी गावचा हा गरीब विद्यार्थी कोल्हापूरच्या एका दवाखान्यात पडेल ते काम करून राजाराम हायस्कूलमध्ये शिकत होता. १९२७ साली एका सद्गृहस्थाच्या सांगण्यावरून तो मामासाहेबांना भेटला. मामासाहेबांनी त्याचे चांगले मार्क्स बघून त्याला बोर्डिंगमध्ये दाखल करून घेतले. बाळासाहेबांच्या जीवनातील हा Turning Point होता. या सर्व घटनांचे स्मरण बाळासाहेबांना या प्रसंगी होऊन ते म्हणाले, ‘‘मामासाहेबांसारखी माणसे ‘गॉडफादर’ होत. ज्याला कोणीही नाही त्याचं आपण झालं पाहिजे, ही प्रेरणा, हा ध्येयवाद मामासाहेबांच्यामुळे आपणास मिळाला.’’

मामासाहेबांच्या नि:स्पृह व निरपेक्ष समाजसेवेचा गौरव करताना बाळासाहेब म्हणाले, ‘‘बहुजन समाजातील अनेक विद्यार्थी-विद्यार्थिनींना शिक्षण देण्याचे पवित्र कार्य ज्यांनी ज्यांनी केले त्यात आदर्श असे कार्य श्री. मामासाहेब मिणचेकर यांनी गेली अनेक वर्षे केले आहे. हा जो सत्कार होत आहे, तो एका नि:स्पृह, निष्पाप व कळकळीच्या समाजसेवकाचा होत आहे. त्यांचा आदर्श आपणापुढे असणे आवश्यक आहे. अनेक व्याख्याने देऊनही जो आदर्श आपणापुढे ठेवता येणार नाही,तो आदर्श मामासाहेबांसारखी मूर्ती आपल्यापुढे असेल तर आपल्यासमोर तो निर्माण होतो. अशी माणसे आता दुर्मिळ झाली आहेत. म्हणून आमचे आयुष्य कमी करून देवाने मामासाहेबांसारखी माणसे शतायू करावी.’’

वृद्धापकाळामुळे शरीर साथ देईना, म्हणून मामासाहेबांनी आपणास अध्यक्षपदाच्या जबाबदारीतून मुक्त करावे, अशी विनंती दि. ३१ डिसेंबर, १९७२ च्या वार्षिक सभेत केली. मामासाहेबांची सूचना कृतज्ञता भावनेने सभेने स्वीकारून त्यांचा सत्कार केला गेला आणि त्यांच्या जागी अध्यक्ष म्हणून लोकनेते बाळासाहेब देसाई यांची निवड

करण्यात आली. एकेकाळचा मरळीच्या शेतकऱ्याचा हा हुशार,पण गरीब मुलगा. त्याचे मार्क्स पाहून आपण त्याला बोर्डिंगमध्ये प्रवेश दिला होता. आता त्याच्याच हातात बोर्डिंगच्या अध्यक्षपदाची धुरा देत आहोत, हे पाहून मामासाहेबांना किती कृतार्थ झाल्यासारखे वाटले असेल, याची आपण कल्पना करू शकतो.

दिनांक ६ डिसेंबर, १९७६ ला राजर्षी शाहू महाराजांचा हा अनुयायी, निष्काम कर्मयोगी पंचगंगा तीरावर पंचतत्त्वांत विलीन झाला. मामासाहेब हे करवीर संस्थानातील मिणचे गावचे इनामदार,करवीर दरबारचे मानकरी, कोल्हापूर नगरपालिकेचे लोकप्रिय नगराध्यक्ष, ऑ. मॅजेस्ट्रेट, कायदे कौन्सिलचे सदस्य, या सर्वांहून महत्त्वाचे म्हणजे एक तळमळीचे समाजसेवक म्हणून त्या काळी समस्त करवीरवासियांना परिचित होते. सकाळी ८॥ ला हातात छत्री घेऊन त्यांची नगरफेरी सुरू होत असे. दोन प्रहरपर्यंत अनेक सामाजिक व शैक्षणिक संस्थांना ते भेट देत असत. पुन्हा सायंकाळी ४ वा. बाहेर पडत ते सूर्यास्तापर्यंत त्यांची भटकंती चालूच असे. असा हा त्यांचा जीवनक्रम सातत्याने अर्धशतक चालू होता. शाहू महाराज-राजाराम महाराज यांची संस्थानिक कारकीर्द पाहिलेले, स्वातंत्र्यानंतरही लोकसत्ताक भारताचे पाव शतकाचे साक्षीदार असणारे आणि आपले सर्व आयुष्य बहुजन समाजाच्या शैक्षणिक उद्धारासाठी खर्च करणारे मामासाहेब हे एक करवीर नगरीतील लोकोत्तर पुरुष होते.

प्रस्तुत लेखकाला मामासाहेबांनीच प्रिन्स शिवाजी बोर्डिंगमध्ये दाखल करून घेतले होते, आणि त्यांनीच कृपावंत होऊन दिलेल्या फ्रीशिपमुळे प्रस्तुत लेखकाचे विद्यार्थी-जीवन सुसह्य झाले होते, याचे या ठिकाणी कृतज्ञतापूर्वक स्मरण करावयास हवे. माझ्या जीवनाचे अनेक शिल्पकार आहेत. त्यात मामासाहेबांचे स्थान उंच आहे. माझेच नव्हे तर महाराष्ट्रातील शेकडो विद्यार्थ्यांच्या जीवनाचे ते शिल्पकार होते.

थोरामोठ्यांच्या भेटी व अभिप्राय

प्रिन्स शिवाजी मराठा बोर्डिंगच्या स्थापनेपासून अनेक थोर व मोठ्या व्यक्तींनी भेटी दिल्याच्या नोंदी सापडतात. त्यात राजर्षी शाहू

छत्रपती व राजाराम महाराज यांनीही भेट दिल्याचे एका अहवालात म्हटले आहे. तथापि, त्यांचे अभिप्राय उपलब्ध नाहीत. या दोन छत्रपतींशिवाय क्षात्रजगद्गुरू, केशवराव जेधे, कर्मवीर भाऊराव पाटील, श्रीमंत भगवानराव पंडित प्रतिनिधी राजेसाहेब औंध, आम. पी. के. सावंत, 'जागृति' कार भगवंतराव पाळेकर (बडोदा), ब्रिगेडियर एस. पी. पी. थोरात (नंतर ले. जनरल झाले), क्रांतिवीर नाना पाटील, डॉ. उत्तमराव पाटील व सौ. लीलाताई पाटील (धुळे), रँगलर नारळीकर (पुणे), प्रिन्सिपल व्ही. के. गोकाक (राजाराम कॉलेज), वि. द. घाटे, बॅ. बाळासाहेब खर्डेकर, व्ही. शांताराम, डॉ. पंजाबराव देशमख, पै. मारुती माने, पै. मारुती वडार, नाम. मधुकरराव चौधरी, श्री शहाजी छत्रपती, देवी इंदुमती राणीसाहेब, बॅ. पी. जी. पाटील इत्यादी.

बोर्डिंगच्या रौप्यमहोत्सवी वर्षात दि. ४ सप्टेंबर, १९४४ रोजी कर्मवीर भाऊराव पाटील यांनी त्यास भेट दिली आणि बोर्डिंगच्या विद्यार्थ्यांसमोर एक भाषण दिले. या भाषणात स्वावलंबनाची महती सांगताना ते म्हणाले, "तुमची प्रगती तुम्हीच केली पाहिजे, बहुजन समाजाची सेवाही तुम्हीच केली पाहिजे. दुसरा कोणताही समाज त्यासाठी धावून येणार नाही."

पुढे १७ वर्षांनी कर्मवीरांचे शिष्योत्तम बॅ. पी. जी. पाटील बोर्डिंगच्या विद्यार्थ्यांच्या स्नेहसंमेलनास प्रमुख पाहुणे म्हणून आले असता त्यांनी आपल्या अभिप्रायात प्रिन्स शिवाजी बोर्डिंगचे कार्य म्हणजे, ' The truly great nation-building work' असा निर्देश करून या बोर्डिंगचे संस्थापक राजर्षी शाहू महाराज यांचा 'A practical visionary, a dreamer and a builder of Nation' या शब्दांत गौरव केलेला आढळतो.

शाहू महाराजांचे कार्य दीपस्तंभासारखे महान होते. त्यांच्या कार्यातून महाराष्ट्रात ज्ञानाचे, विद्येचे, अनेक दीप उजळले. महाराष्ट्राचा आसमंत ज्ञानप्रकाशाने लख्ख झाला. याच भावनेने बॅरिस्टरसाहेबांनी आपल्या अभिप्रायाच्या शेवटी दोन प्रेरणादायी ओळी लिहून ठेवल्या आहेत-

"As one lamp enkindles another
Nobleness enkindles nobleness"

शाहूरायाच्या कार्यातील हा जो Nobleness आहे, तोच आम्हा मराठी माणसांना पिढ्यान्‌पिढ्या निरपेक्ष समाजसेवेचा संदेश देत राहील.

बोर्डिंगने आम्हास काय दिले?

समाजाने प्रिन्स शिवाजी बोर्डिंगला भरभरून दिले आणि त्याच्या प्रतिसादात बोर्डिंगने समाजाला अनेक पटीची फलश्रुती दिली. गेल्या सुमारे १०० वर्षांत बोर्डिंगने पश्चिम महाराष्ट्रातील तीन-चार पिढ्या घडविल्या. बोर्डिंगमधून बाहेर पडून बाळासाहेब देसाई, डी. एस. खांडेकर यांच्यासारखे अनेक जण वकील, आमदार व पुढे मंत्री झाले. पी. टी. पाटील, टी. के. शेंडगे यांच्यासारखे अनेक जण इंग्लंडला जाऊन बॅरिस्टर झाले. एन. डी. निकम, दत्ताजीराव साळोखे यांच्यासारखे अनेक जण अमेरिकेला जाऊन शास्त्रज्ञ झाले, इंजिनिअर झाले. दत्ता देशमुख, गोविंद पानसरे यांच्यासारखे अनेक जण कामगार नेते झाले. चंद्रकुमार नलगे यांच्यासारखे काही साहित्यिक झाले. बापूजी साळुंखे, पी. बी. पाटील, डी. बी. पाटील यांच्यासारखे काही शिक्षण प्रसारक झाले. रा. कृ. कणबरकरांसारखे काही कुलगुरू झाले.

नारायण वारके, नागनाथआण्णा नायकवडी यांच्यासारखे काही स्वातंत्र्य संग्रामात उडी घेऊन स्वातंत्र्य सेनानी बनले. अशा बोर्डिंगच्या कर्तबगार विद्यार्थ्यांची संख्या शेकड्यात आहे.

ही झाली बोर्डिंगमधून शिकून मोठे झालेल्या लोकांची यादी. पण आमच्यासारख्या शेकडो सामान्य विद्यार्थ्यांना बोर्डिंगने बऱ्याच गोष्टी दिल्या, शिकविल्या. साधेपणा, स्वावलंबन, काटकसरीपणा, आपल्या परिस्थितीचे भान ठेवण्याची सावधानता, ध्येयसिद्धीसाठी कष्ट घेण्याची मानसिकता अशा किती तरी गोष्टी बोर्डिंगने आम्हास शिकवल्या. भाजी, भाकरी, भात, आमटी या साध्या पण कसदार अन्नावर आमची शरीरेच नव्हे तर मनेही पोसली.

बोर्डिंगमध्ये आमच्या खोल्या आम्हीच शेणाने सारवत होतो, आमचे कपडे आम्हीच धूत होतो, जेवणाची बेल झाली की आम्हीच आमची ताट-वाटी घेऊन भोजन-हॉलमध्ये जात होतो, जेवणानंतर आमची ताट-वाटी आम्हीच स्वच्छ करत होतो, आठवड्यातून एकदा पंगतीत वाढण्याचे काम करत होतो, बोर्डिंगच्या शेतात भाजीपाला पिकवीत होतो. यांसारख्या गोष्टी आता आम्ही आमच्या नातवंडांना सांगितल्या तर त्यांचा विश्वासच बसत नाही. आपले आजोबा त्यांची खोली ते

स्वतः सारवतात, हे चित्रच ते डोळ्यांसमोर आणू शकत नाहीत.

काळ बदलला हे खरे. तो काळ मोठ्या कष्टाचा होता. अडचणींचा होता. एक रुपया गाडीच्या चाकाएवढा वाटावा, असा होता. पण आता मागे वळून पाहता तो काळच आमच्या जीवनातील 'सुवर्णकाळ' (Golden Period) होता, असे वाटते. कारण याच काळात आमच्या ठिकाणी सुप्तावस्थेत असणाऱ्या ध्येयनिष्ठा, जिद्द, चिकाटी व कष्टाळू वृत्ती या गुणांचा कस लागला होता. हे गुण वाढीस लागण्यास आमच्या जीवनातील हा कठीण काळच कारणीभूत झाला होता. अशा काळात शाहूराजाच्या बोर्डिंगचा वारसा, शिस्त व शिकवण या गोष्टी आमचे जीवन घडवत होत्या. ताटात असलेल्या भाजी-भाकरीच्या प्रत्येक घासामागे कोणाचे तरी ऋण, कोणाचे तरी कष्ट उभे आहेत, ही सामाजिक कृतज्ञतेची शिकवण आम्हास आमच्या बोर्डिंगनेच दिली. अशा प्रकारे आमचा पिंड बोर्डिंगच्या अन्नावर, त्याने केलेल्या संस्कारांवर वाढला. म्हणून तर आम्ही या बोर्डिंगला आमची 'दुसरी आई' समजतो.

शाहू महाराज झाले नसते, कर्मवीर भाऊराव पाटील झाले नसते तर आम्ही कुठे असतो? कोरडवाहू शेती करत निसर्गाला व दैवाला बोल लावत आम्ही दरिद्री अवस्थेत राहिलो असतो. कोल्हापूरचा शेतकरी तसाच राहिला असता. त्याची मुलेबाळेही तशीच राहिली असती. हा विचार जेव्हा मनात येतो त्या वेळी शाहू महाराजांनी व त्यांच्या वसतिगृहांनी, कर्मवीर भाऊराव पाटलांनी व त्यांच्या शाळा-कॉलेजांनी आम्हा बहुजन समाजावर केवढे डोंगराएवढे ऋण केले आहेत, याची जाणीव होते. त्या थोर महात्म्यांच्या कार्याचीच आम्ही फलश्रुती आहोत याचा प्रत्यय येतो. या जाणिवेतून आपण जेव्हा आजूबाजूला पाहतो, त्या वेळी आढळून येते की, समाजात अद्यापही अशी शिकणारी, शिकू पाहणारी असंख्य मुले-मुली आहेत, की ज्यांना आपल्या मदतीचा हात हवा. आम्हास असे वाटते की, असा मदतीचा हात त्यांना देणे म्हणजेच शाहू महाराज व कर्मवीर भाऊराव पाटील यांचे ऋण फेडणे आहे. प्रिन्स शिवाजी बोर्डिंगच्या मामासाहेब मिणचेकर यांच्यासारख्या सेवाभावी चालकांनी हीच शिकवण आम्हास दिली. हा या 'मातृसंस्थे'चा आम्हास मिळालेला सर्वांत मौल्यवान वारसा आहे.

❖

१०

भाईजींनी प्रतिपादलेली राजर्षी शाहू छत्रपतींच्या कार्याची पंचसूत्री

भाई वैद्यांचे आणि शाहू छत्रपतींच्या करवीर नगरीचे एक आगळे जिव्हाळ्याचे नाते होते. हा जिव्हाळा केवळ त्यांचे काही सहकारी या नगरीत होते म्हणूनच नव्हता. त्याची सामाजिक व ऐतिहासिक पार्श्वभूमीही होती, आणि ही पार्श्वभूमी म्हणजे शाहू छत्रपतींच्या कार्याचा वारसा जपणारी ही नगरी आहे, याची पुरेपूर जाण भाईजींना होती. खरे तर भाईजींनी जे कार्य आयुष्यभर केले, ज्या तत्त्वांची पाठराखण निर्भीडपणे व निष्ठेने केली, ते कार्य व त्या मागची तत्त्वे ही शाहू छत्रपतींचीच होती. भाईजींसारख्या अनेकांनी छत्रपतींचा वारसा पुढे नेण्याचा अहर्निश प्रयत्न केला. एका परीने भाईजींसारखे महाराष्ट्रातील विचारवंत व कार्यकर्ते हे राजर्षी शाहू छत्रपतींचे सच्चे अनुयायीच मानले पाहिजेत.

भाईजी कोल्हापुरात अनेकदा येत. त्यांची अनेक भाषणे ऐकण्याचा योग आला. पण असे एकही भाषण मला स्मरत नाही, ज्यांत भाईजींनी राजर्षी शाहू छत्रपतींच्या कार्याचा संदर्भ घेतला नाही. याचे मुख्य कारणच असे होते, की भाईजींच्या विचारांची व कार्याची नाळ ही शाहू छत्रपतींच्या विचारांशी व कार्याशी जुडली होती. आणि म्हणूनच भाईजींनी

हयातभर केलेल्या कार्याचा गौरव या अर्थी आम्ही कोल्हापूरवासीयांनी 'राजर्षी शाहू मेमोरियल ट्रस्ट'च्या वतीने त्यांना मोठ्या सन्मानाचा व गौरवाचा 'राजर्षी शाहू पुरस्कार' प्रदान केला - (सन २०१५). त्यामागे आमची भूमिका हीच होती.

भाईजींनी शाहू महाराजांच्या कार्यावर भाष्य करणारी अनेक व्याख्याने दिली. त्यात शाहू पुरस्काराच्या निमित्ताने त्यांनी केलेले व्याख्यान हे तर महत्त्वाचे होतेच; पण त्याशिवाय त्यांनी शिवाजी विद्यापीठात शाहू संशोधन केंद्रातर्फे मी संपादित केलेल्या 'श्रीमत् क्षात्रजगद्गुरू : विचारदर्शन' या ग्रंथाच्या विमोचन प्रसंगी केलेले व्याख्यान तसेच भाईजींच्या हस्ते २०१३ साली ज्येष्ठ विचारवंत प्राचार्य पी. बी. पाटील (सांगली) यांना शाहू पुरस्कार प्रदान केला, त्याप्रसंगी त्यांनी दिलेले व्याख्यान अतिशय मर्मग्रही होते. सुदैवाने त्या सर्व व्याख्यानांचे रेकॉर्डिंग आम्ही करून ठेवले आहे. प्रस्तुत लेखासाठी उपरोक्तांपैकी शेवटचे भाषण मी पुढे ठेवले आहे.

काय सांगताहेत भाईजी

भाईजी सांगतात की, 'शाहूजयंतीच्या दिवशी शाहू महाराजांचाच जयजयकार करणे, त्यांच्या प्रतिमेला हार घालणे, त्यांचे पुतळे उभारणे, याहीपेक्षा त्यांनी जो सामाजिक क्रांतीचा विचार मांडला, त्याचा आपण यादिवशी गांभीर्याने विचार करणे, त्यांच्या विचारांचा मागोवा घेणे व त्या विचाराने पुढे जाणे, हे अत्यंत महत्त्वाचे आहे.'

भाईजी इतिहासाचे अभ्यासक होते. इतिहासातील राजकारण, समाजकारण, अर्थकारण, सांस्कृतिक जडणघडण आदी प्रवाहांचा अचूक अन्वयार्थ ते आपल्या वैचारिक वेध घेण्याच्या कर्तव्यनिष्ठ बुद्धीने घेत असत. अशा अर्थाने मी त्यांना इतिहासाचे अभ्यासक म्हणतो. इतिहासाचा अन्वयार्थ जर आजच्या समाजासाठी लावता आला नाही तर त्याचे कार्यप्रयोजनच काय? ही भाईजींची भूमिका होती; असेही मला वाटते.

हे एवढ्यासाठी लिहिले, की भाईजी सांगतात जेव्हा एखादी क्रांती होत असते तेव्हा प्रतिक्रांतीचीही तयारी समाजात चालू असते. ते म्हणतात, की जेव्हा देशात राष्ट्रीय एकात्मतेच्या क्रांतीची वाटचाल

चालू होती, तेव्हा इथं हिंदू राष्ट्रवाद व मुस्लीम राष्ट्रवाद यांच्या प्रतिक्रांतीच्या वाटचालीही चालू होत्या. आजसुद्धा स्वातंत्र्यानंतर फुले-शाहू-आंबेडकर यांच्या विचाराने सामाजिक क्रांती पुढे जात आहे, त्या वेळी या विचारांना विरोध करणारी प्रतिक्रांतीही जोमाने मूळ धरते आहे. ही प्रतिक्रांती यशस्वी होऊ नये, यासाठी धर्मनिरपेक्षवादी लोकांनी शाहू महाराजांच्या विचारांकडे गांभीर्याने पाहिले पाहिजे. त्यानुसार आपली पावले पडली पाहिजेत.

शाहू महाराजांची क्रांतिविचारांची पाच सूत्रे होती, असे भाईजी सांगतात. त्यांनी या सूत्रांना आधार(स्तंभ) म्हटले आहे. हे आधारस्तंभ असे-

१. भटशाहीनिर्मूलन

२. जातिनिर्मूलन

३. अस्पृश्यतानिर्मूलन

४. अज्ञाननिर्मूलन

५. धर्मवादनिर्मूलन (धर्मनिर्मूलन नव्हे!)

या पाच सूत्रांचे विवरण करण्यापूर्वी भाईजी एक सुंदर रूपककथा सांगतात- एक कथा आहे. फार मनोरंजक व उद्‌बोधक आहे. अरण्याला आग लागली. सर्व पशुपक्षी, प्राणी आणि माणसंसुद्धा आग विझवायचं काम करू लागली. अशा काळामध्ये एक चिमणी आपल्या चोचीमध्ये एक थेंबभर पाणी आणून त्या आगीवर टाकी. कुणी तरी म्हटलं, "काय हे चिऊताई, चोचीने पाणी आणून आग विझणार आहे काय?" ती म्हणाली, "मला माहीत आहे; पण जेव्हा या आगीचा इतिहास लिहिला जाईल तेव्हा निश्‍चितच नोंद होईल की मी आग विझवणाऱ्यांत आहे!"

ही कथा सांगून भाईजी विचारतात, आता आपण शाहू महाराजांच्या समताक्रांतीच्या बाजूचे आहोत, की त्याच वेळी घडणाऱ्या प्रतिक्रांतीच्या बाजूचे आहोत, याचा निर्णय आधी आपणाला घ्यावा लागेल! शाहू महाराजांच्या समताक्रांतीच्या मार्गाने जायचे असेल तर आपणास त्यांच्या उपरोक्त पाच विचार सूत्रांचाही स्वीकार करावा लागेल.

पहिले सूत्र आहे भटशाहीनिर्मूलन अथवा पुरोहितशाहीनिर्मूलन. भाईजी म्हणतात की, पुरोहितशाही ही जन्माधिष्ठित असून तिचे पाप आपला समाज हजारो वर्षे भोगत आहे; अजून ते आपण भोगत आहोतच. शाहू महाराजांनी या पुरोहितशाहीविरुद्ध लढा दिला. ब्राह्मण पुरोहितांच्या धार्मिक क्षेत्रातील मक्तेदारीला शह देण्यासाठी मराठा पुरोहित निर्माण करणारी 'शिवाजी वैदिक स्कूल' ही संस्था काढली. सर्व हिंदूंना वेद वाचण्याची संमती न देणारा, सर्वांना समान न लेखणाऱ्या शंकराचार्यांनाही त्यांनी आव्हान दिले आणि सर्व माणसांना समान लेखणारा आपला धर्माचार्य क्षात्रजगद्‌गुरू स्थापन केला.

भाईजी म्हणतात की, शाहू छत्रपतींची ही भूमिका जन्माधिष्ठित पुरोहितशाही नाकारणारी आहे. हीच भूमिका बाराव्या शतकात बसवेश्‍वरांनी मांडली होती. शाहू छत्रपतींचे हे 'समतेचे क्रांतिसूत्र' आम्ही आता विसरून गेलो आहोत आणि आमच्या मुला-मुलींच्या लग्नात नव्हे तर ज्या घराण्यात सत्यशोधक कार्यकर्ते होऊन गेले त्यांच्या वारसांच्या मुला-मुलींच्या लग्नातही लोक भटांना बोलवायला लागले आहेत! त्यांच्या साक्षीनी त्यांची लग्ने करायला लागले आहेत!

भाईजींच्या मते, ही प्रतिक्रांती सुरू झाली आहे; या प्रतिक्रांतीमध्ये आपण सामील व्हायचं की शाहू महाराजांच्या विचाराच्या अनुषंगाने पुढे जायचे, हे आता ठरवावं लागेल!

दुसरे सूत्र जातिनिर्मूलनाचे. जिथं जातील तिथं शाहू छत्रपतींनी हे सूत्र पोटतिडकीने मांडले. आपल्या सर्व अवनतीला जातिभेदच कारणीभूत असल्याचे त्यांचे ठाम मत होते. आणि म्हणूनच समता प्रस्थापित करावयाची असेल तर माणसामाणसांत भेद निर्माण करणारी जातिव्यवस्था प्रथम उखडून टाकली पाहिजे, असे त्यांना वाटत होते. त्यासाठी आंतरजातीय विवाह हा एक रामबाण उपाय आहे, असे त्यांचे प्रतिपादन होते. भाईजी म्हणतात की, शाहू महाराजांनी केवळ हा विचार आपल्या भाषणात मांडला नाही तर प्रत्यक्षात आचरणातही आणला. आपल्या बहिणीचे लग्न इंदौरच्या होळकर (धनगर) घराण्यातील राजपुत्राशी घडवून आणले. एवढेच नव्हे तर असे २५ धनगर-मराठा विवाह त्यांनी साजरे केले आणि समाजासमोर 'बोले तैसा चाले,' हा एक आदर्श घालून दिला.

भाईजी पुढे विचारतात की, शाहू महाराजांचे आम्ही वारस म्हणवून घेतो, तर मग आमची काही जबाबदारी आहे की नाही?

आज जातिबंधने समाजातून नाहीशी तर झाली नाहीतच, पण ती अधिकाधिक घट्ट बनत चालली आहेत. प्रत्येक जात आपली राष्ट्रीय नव्हे तर वैश्विक संमलने भरवू लागली आहेत! 'चित्पावन वैश्विक संमेलन', 'देशमुख महासंमेलन' अशी संमेलने काय दर्शवितात? भाईजी म्हणतात, ''आता आपण म. फुल्यांच्या विचाराने पुढे जायला हवे. एकाच कुटुंबात ख्रिश्चन, मुस्लीम, सत्यशोधक सदस्य असायला हवेत. अशी आदर्श कुटुंबे निर्माण व्हायला हवीत!''

जातिभेदनिर्मूलनातूनच अस्पृश्यतानिर्मूलन हे सूत्र उदयास येते. अस्पृश्यता हे जातिभेदाचेच एक कटू फल आहे, असे शाहू महाराज म्हणत. हिंदुधर्मशास्त्रकारांनी चातुर्वर्ण्य पद्धती व कर्मविपाक सिद्धांत प्रतिपादून हिंदूधर्माची व समाजाची मांडणी केली होती. या मांडणीस शाहू छत्रपतींनी खो दिला आणि जात व व्यवसाय यांची सांगड धर्माने घालून दिली होती, ती तोडून टाकली. आणि म्हणूनच महाराज अस्पृश्य समाजातील गंगाराम कांबळे यांना हॉटेल काढून देतात व

आपल्या तथाकथित उच्चवर्णीय सरदार व अधिकाऱ्यांसह त्या हॉटेलात आवर्जून चहा प्यायला जातात!

भाईजी पुढे विचारतात, "आज आपण कुठं आहोत? अजूनही खैरलांजी चालू आहे. अजूनही दलितांवरील अत्याचार चालू आहेत. हरियाणा-उत्तरप्रदेशमध्ये दलित-सवर्ण विवाह झाला तर दलित मुलास मारूनच टाकतात! 'ऑनर किलिंग' असं म्हणतात त्याला! फुले, गांधीजी यांनी ज्या भूमिका घेतल्या त्या शाहू महाराजांनी कोल्हापूर संस्थानमध्ये प्रत्यक्षात उतरवल्या. आपण त्या आचरणात आणतो का?"

आज पुन्हा प्रतिक्रांती डोकं वर काढायला लागली आहे. परवा चंदीगडला विश्वहिंदू परिषदेचे अधिवेशन झाले. त्यामध्ये विनायक सरस्वती नावाचे एक महंत म्हणाले, "आज देशामध्ये जो अनाचार होतोय, तो या आंबेडकरांनी केलेल्या घटनेमुळे होतोय! आज आपणास 'मनुस्मृती'वर आधारलेली घटना पाहिजे आहे!"

भाईजी म्हणतात, "हे प्रतिक्रांतीचे लक्षण आहे. आपण कोणत्या बाजूला आहोत, याचा निर्णय तुम्हा-आम्हाला आता केलाच पाहिजे."

यानंतर भाईजी अज्ञाननिर्मूलन या चौथ्या सूत्राकडे वळतात. अज्ञाननिर्मूलन व्हावे, म्हणजे शिक्षणाचा सर्वत्र प्रसार व्हावा, सर्व समाज साक्षर व शहाणा व्हावा, यासाठी किमान प्राथमिक शिक्षण तरी मोफत आणि सक्तीचे झाले पाहिजे, असा म. फुले यांचा व राजर्षी शाहूंचा आग्रह होता. शाहू महाराजांनी १९१७ साली आपल्या संस्थानात मोफत व सक्तीच्या प्राथमिक शिक्षणाचा कायदा केला व अमलात आणला. त्यात भेदभाव, उच्चनीचता हा विचार केला नाही. ९२ वर्षांनी आपल्या सरकारनेही असाच एक कायदा केला; पण भेदभाव ठेवला. गरिबांच्या शाळा व श्रीमंतांच्या शाळा वेगवेगळ्या ठेवल्या. नगरपरिषदा, जिल्हा परिषदा यांच्या शाळा मोफत; तर ज्यांच्याकडे पैसा आहे, त्यांच्या मुलांच्या दर्जेदार शाळा वेगळ्या! शिक्षण क्षेत्रातील ही प्रतिक्रांती आहे. गरिबाचा मुलगा आता डॉक्टर होईल, अशी खात्री देता येत नाही. कोटी दीड कोटी रुपये पुण्यात मेडिकल सीटचा भाव आहे. या सर्व सत्यकथनानंतर भाईजी विचारतात, "हे काय चाललंय! शाहू महाराजांचा काळ व आजचा काळ यातील अंतर लक्षात घेतलं पाहिजे;

आणि आता आपणाला कुठं जायचंय, हे पाहिले पाहिजे. शिक्षणात प्रतिक्रांती सुरू झाली आहे आणि तिला तोंड देण्यासाठी आता शाहू महाराजांच्या क्रांतीचा मार्ग चोखाळावा लागेल.''

शेवटचे पण महत्त्वाचे सूत्र आहे धर्मवादनिर्मूलनाचे. शाहू छत्रपती आपल्या एका भाषणात म्हणाले होते, ''आम्ही सर्व हिंदू आहोत. बंधू आहोत. हिंदी प्रजाजन कोणत्याही वर्णाचे असोत, कोणत्याही धर्माचे असोत, ते सर्व हिंदी आहेत. व्यक्तीच्या दृष्टीने धर्माची बाब महत्त्वाची असेल; पण राष्ट्रीय बाबतीत ती केव्हाही आड येता कामा नये. यापुरती धर्म ही बाब फारच कमी महत्त्वाची आहे, असे मला वाटते.''

शाहू महाराजांच्या या धर्मनिरपेक्षवादी व राष्ट्रीय विचाराचा धागा पकडून भाईजी म्हणतात की, महाराजांनी हिंदुत्वाचा अभिमान बाळगला नाही. स्वत:हून आंतरजातीय, आंतरधर्मीय विवाह घडवून आणले. त्यासाठी कायदा करून कायद्याचे पाठबळ अशा मिश्रविवाहास दिले. त्यांनी शिवाजी महाराजांचा आदर्श डोळ्यांसमोर ठेवला होता. शिवाजी औरंगजेब लढा हा हिंदू-मुस्लीम लढा नव्हता, तो मोगलांचा राजकीय प्रभुत्वासाठीचा लढा होता, आणि मराठ्यांचा तो स्वातंत्र्यासाठीचा लढा होता, असे त्यांनी विश्लेषण मांडले आहे.

आज प्रतिक्रांतीच्या काळात हा लढा हिंदू-मुस्लीम लढा होता, असं आता शिकवले जाते. मुस्लीम हजार वर्षांचे आक्रमक आहेत, त्यांचे निर्दालन केले पाहिजे, असा प्रचार केला जातो. भाईजी म्हणतात, ही सर्व प्रतिक्रांतीची लक्षणे आहेत.

आपल्या या वैचारिक व प्रबोधनात्मक भाषणाचा समारोप करताना भाईजींनी म्हटले आहे-

''शाहू महाराजांचा विचार हा समतेचा, क्रांतीचा विचार होता. या समतेच्या क्रांतीची ही पाच आधारभूत तत्त्वे आहेत. या तत्त्वांच्या बाबतीत आपण त्यांनी दाखवून दिलेल्या क्रांतिपथावरून चालतो की उलट दिशेने चालतो? याचा विचार आज तुम्ही-आम्ही केलात तरच आम्ही शाहू महाराजांचे खरे वारस होऊ!''

भाईजींनी प्रतिपादलेली ही पंचशील तत्त्वे स्वतंत्र भारताच्या राज्यघटनेने सिद्ध केलेल्या भारतीय समाजाची पायाभूत तत्त्वे आहेत. स्वातंत्र्य, समता व बंधुत्व आणि यांतून निर्माण होणारा सामाजिक न्याय याची

ती लक्षणेच आहेत. आज कधी नव्हे इतका धोका प्रतिक्रांतिवाद्यांकडून भारताच्या धर्मनिरपेक्षवादी लोकशाहीला उत्पन्न झाला असता. फुले-शाहू-आंबेडकर यांच्या विचारांचाच आधार आपणास घ्यावा लागेल. आपणाला या विचारांच्या मार्गावरूनच पुढे जावे लागेल. त्यासाठी शाहू महाराजांच्या विचारांची ही भाईजींनी सांगितलेली पाच सूत्रे मशालीसारखी उजेड दाखवत राहतील, यात शंका नाही.

भाईजी गेले, पण त्यांनी वेळोवेळी समाजाला केलेले हे मार्गदर्शन, त्यांच्या विचाराने अडखळत का होईना पुढे दोन पावले टाकणाऱ्या आम्हा मंडळींना सतत प्रेरणादायी ठरेल, यात शंका नाही. त्या अर्थाने भाईजी गेले नाहीत. ते आमच्यासाठी विचारधन ठेवून गेलेत! तसे ते आमच्यासोबत आहेतच!

❖

११

शाहूचरित्रापासून काय शिकावे?

आपण लोकशाही युगात राहतो. आपणास स्वातंत्र्याच्या व लोकशाहीच्या हक्कांसाठी जसा ब्रिटिशांशी संघर्ष करावा लागला, तसा तो या देशातील राजेरजवाड्यांशी करावा लागला. ब्रिटिशांनी जसे हिंदी लोकांना स्वातंत्र्याचे हक्क सुखासुखी दिले नाहीत, तसे राजेरजवाड्यांनीही दिलेले नाहीत. अशी वस्तुस्थिती असता आम्ही शाहूचरित्र का म्हणून वाचावे? राजा असणाऱ्या शाहू छत्रपतींचा जयजयकार का म्हणून करायचा? शाहू छत्रपतीच नव्हे तर प्राचीन काळातील सम्राट अशोक व मध्ययुगातील शिवाजी महाराज यांच्याही नावांचा जयघोष का म्हणून करायचा? असे प्रश्न एखाद्या चिकित्सक माणसास पडण्याची शक्यता आहे. त्याला उत्तर देण्याची जबाबदारी अशा थोर राजांच्या चरित्रकारांवर स्वाभाविकपणेच येऊन पडते.

खरे म्हणजे राजेशाहीपेक्षा लोकशाही ही श्रेष्ठ आहे, हे आता सर्वमान्य आहे.राजेशाहीमध्ये 'राजा'ला महत्त्व असते, तो केंद्रस्थानी असतो. लोकशाहीमध्ये 'लोकांना' महत्त्व असते; ते केंद्रस्थानी असतात. आपण लोकशाहीचे भोक्ते असूनही अशोकाचा, शिवरायांचा अथवा

शाहू छत्रपतींचा जयजयकार करतो. कारण त्यांनी आपल्या राजेशाहीत 'राजा'ला म्हणजे स्वत:ला महत्त्व न देता लोकांना महत्त्व दिले. त्यांना केंद्रस्थानी ठेवून त्यांनी राज्याचा कारभार केला. राजा म्हणजे 'उपभोगशून्य स्वामी' ही संकल्पना त्यांनी केवळ घोषित न करता अमलात आणली. त्यांना मिळालेला राज्याधिकार, राज्यसंपदा त्यांनी जनतेच्या उद्धारासाठी, कल्याणासाठी वापरली. शाहू छत्रपतींच्या चरित्राकडे पाहिले, की आम्हास उमजते, की त्यांनी आपली सर्व राजसत्ता, राजवैभव लोकांच्या, रयतेच्या उन्नतीसाठी खर्ची घातले. म्हणूनच त्यांना आपण 'लोकराजा' असे म्हणून गौरवतो.

स्वातंत्र्यानंतर आपण प्रजातंत्र निर्माण केले, म्हणजे लोकशाही स्थापन केली, हे खरे; पण ही लोकशाही राजकीय लोकशाही होती. ती राजकीय हक्कांवर आधारित होती, पण ती परिपूर्ण होऊ शकत नाही. आणखी एक प्रकारची लोकशाही आपणास निर्माण करावयाची होती. ती म्हणजे 'सामाजिक लोकशाही.' या प्रकारची लोकशाही सामाजिक स्वातंत्र्यावर निर्माण होणार होती. ही सामाजिक समता व सामाजिक न्याय या दोन तत्त्वांवर आधारित असते. म. फुले, राजर्षी शाहू व डॉ. आंबेडकर हे तीन महात्मे या तत्त्वांसाठी म्हणजे सामाजिक लोकशाही स्थापन करण्यासाठी झगडले. माणसामाणसांमधील सर्व प्रकारचे उच्च-नीचतेचे भेद नष्ट होऊन सर्वांना विकासाची समान संधी मिळावी, यासाठी त्यांचा संघर्ष होता. विशेष म्हणजे हा संघर्ष त्यांना ब्रिटिशांशी करावा न लागता तो स्वकीयांशी करावा लागला! देशाच्या स्वातंत्र्याचे हक्क मागणारी ही उच्चवर्णीय मंडळी आपल्याच बांधवांना सामाजिक स्वातंत्र्याचे हक्क नाकारत होती! फुले-शाहू-आंबेडकर या त्रयींचा लढा हा सामाजिक लोकशाहीसाठी होता; आणि म्हणूनच डॉ. आंबेडकरांनी शाहू छत्रपतींना लिहिलेल्या एका पत्रात त्यांच्या जीवितकार्याचा गौरव करताना म्हटले होते, "आपण हिंदुस्थानातील सामाजिक लोकशाहीच्या चळवळीचे एक आधारस्तंभ आहात!"- (Pillar of Social Democracy)

संत महात्म्यांच्या जीवनाचे एक महत्त्वाचे अंग म्हणजे त्यांच्या 'कथनी' आणि 'करणी' यामध्ये फरक असत नाही. ते जे बोलतात तसे ते चालतात. अस्पृश्यता पाळणे हा मानवतेविरुद्धचा गुन्हा आहे, तो

कलंक आहे. असे केवळ सांगून शाहू छत्रपती थांबले नाहीत; तर अस्पृश्यांच्या हातच्या अन्नोदकांचा जाहीर स्वीकार करून त्यांनी 'बोले तैसा चाले,' या तत्त्वाची समाजाला प्रचिती आणून दिली. गंगाराम कांबळेच्या हॉटेलात छत्रपती चहा स्वतः तर ते प्यायलेच, पण आपल्या घोडागाडीतील सोबत्यांनाही त्याची लज्जत चाखावयास दिली! राजाचा हुकूम कोण मोडणार? शाहू छत्रपतींनी आपला राजेशाहीचा अधिकार दलितांच्या उद्धारासाठी वापरला तो असा. नागपूरच्या बहिष्कृत समाजाच्या परिषदेस ते जेव्हा गेले तेव्हा तेथील वर्णवर्चस्ववाद्यांनी त्यांचा निषेध करण्यासाठी 'धेडोंका राजा' म्हणून भित्तिपत्रके लावली; तेव्हा समस्त दलित समाज संतप्त झाला; तेव्हा ते म्हणाले होते, "अरे, हा तर माझा गौरवच आहे!" आणि म्हणूनच महाराज गेले त्या वेळी डॉ. आंबेडकर म्हणाले होते, "शाहू महाराजांसारखा सखा अस्पृश्यांना पूर्वी लाभला नव्हता व पुढे लाभेल की नाही,याबद्दल आम्हास शंका आहे!"

अस्पृश्यता हे जातिभेदाचेच किळसवाणे स्वरूप होते. जातिभेद हिंदू धर्माचे व समाजाचे व्यवच्छेदक लक्षण मानले जाते. हाडीमासी खिळलेली ही जातिव्यवस्था जोपर्यंत नष्ट होत नाही, तोपर्यंत खरी सामाजिक समता व न्याय प्रस्थापित होऊ शकत नाही, अशी शाहू छत्रपतींची भावना होती. म्हणून त्यांनी आयुष्यभर जातिभेदाशी तीव्र संगर केला. त्यासाठी त्यांनी समाजप्रबोधन, शिक्षणाचा प्रसार, सरकारी नोकऱ्यांत मागासवर्गीयांना प्राधान्य यांसारखी हत्यारे तर वापरलीच, पण त्यांचे सर्वांत प्रभावी हत्यार होते, 'आंतरजातीय विवाह.' हिंदू समाजातील प्रत्येक जात खालच्या जातीस हीन व तुच्छ लेखत असता आंतरजातीय विवाहाचा पुरस्कार करणे ही त्या काळी सामान्य गोष्ट नव्हती, पण शाहू छत्रपतींनी त्याचा केवळ पुरस्कारच नव्हे तर अंमलबजावणीही केली. खुद्द आपल्या भगिनीचा विवाह इंदूरच्या होळकर (धनगर) घराण्यात घडवून त्यांनी काळाच्या पुढची झेप घेतली. पुन्हा एकदा त्यांनी 'बोले तैसा चाले'ची प्रचिती समाजाला आणून दिली. पण त्यांच्यानंतर किती जणांनी अशी झेप घेतली? समाजातील धुरीणांनी अशी झेप घेऊन आदर्श निर्माण करावयाचे असतात. आज वस्तुस्थिती तशी दिसत नाही. शाहू छत्रपतींचा जयघोष आम्ही करतो; पण लग्नव्यवहारात आपल्या जातीचा अहंकार आपण बाजूला ठेवू शकत नाही. खालच्या

जातीशी सोडा, पण आपल्याच जातीतील खालच्या स्तराशीही (पदराशी) आपला संबंध जोडण्यास आम्ही तयार असत नाही. मग शाहू छत्रपतींसारखी 'झेप' ही गोष्ट फार दूरची!

म.फुल्यांनी पुरोहित संस्थाच नाकारली. देव व मानव यांच्यामधील दलालास नकार दिला. लग्नकार्ये, वास्तुशांत असले विधी आपणच करावेत, ब्राह्मण पुरोहिताची, 'या कामी सावलीदेखील पडू देऊ नये,' असे स्पष्ट बजावले. फुल्यांनी जसा ब्राह्मण पुरोहितशाही विरोधात लढा दिला तसा तो शाहू छत्रपतींनीही दिला.फरक एवढाच, की तो त्यांच्या पद्धतींनी, त्यांच्या हत्यारांनी दिला. धर्माच्या क्षेत्रातील ब्राह्मणांची मक्तेदारी,म्हणजे बहुजनांची गुलामगिरी त्यांनी मोडीत काढली. शाहू छत्रपतींच्या 'क्षात्रजगद्गुरू' आणि 'मराठा पुरोहित' या दोन संस्थांकडे ब्राह्मण पुरोहितशाहीला दिलेला शह या दृष्टीने पाहावयास पाहिजे.शाहू छत्रपतींच्यानंतर बहुजन समाजाची पायरी पुढची असायला हवी होती आणि ती म्हणजे पुरोहिताशिवाय सरकारी रजिष्ट्रारच्यासमोर साक्षीदारांच्या साक्षीने होणारे लग्न. पण वस्तुस्थिती अशी आहे की, बहुजन समाजाची, विशेषत: मराठा समाजातील लग्ने ब्राह्मण पुरोहिताला पाचारण करून त्याला साक्षी ठेवूनच केली जातात. ब्राह्मण पुरोहिताशिवाय आपल्या मुला-मुलींची लग्ने ही कल्पना ते करू शकत नाहीत. त्यांपैकी अनेकांना मराठा पुरोहित पौरोहित्य करू शकतो, हेही माहीत नाही. शाहू छत्रपतींच्या अनुयायांचे हे पुढचे पाऊल तर नाहीच; पण हे सामाजिक पिछेहाटीचे लक्षण आहे.

म. फुले यांच्याप्रमाणे राजर्षी शाहूंनी विद्या, संपत्ती व सामाजिक प्रतिष्ठा यांना वंचित झालेल्या सर्व मागासवर्गीयांचा, शूद्रातिशूद्रांचा कैवार घेतला. त्यांमध्ये शेतकरी, बलुते-अलुते, अस्पृश्य, भटके-विमुक्त यांच्याबरोबर स्त्रीवर्गाचाही समावेश होता. हिंदू धर्ममार्तंडांनी समस्त स्त्रीवर्गास शूद्रामध्येच ढकलले होते, अशा स्त्रियांचा उद्धार करणारे म. फुले, प्रि. आगरकर, महर्षी कर्वे ही नावे मराठी माणसांना माहीत आहेत; पण स्त्रियांच्या मुक्तीसाठी, त्यांच्या नैसर्गिक हक्कांच्या संरक्षणासाठी,आपली राजसत्ता वापरून विविध कायदे करणारे शाहू छत्रपती फारसे कोणाला माहीत नाहीत. अभ्यासकांनीही महाराजांच्या या कार्याची उपेक्षा केलेली आढळते. त्यांनी आपल्या राज्यात विधवा-

पुनर्विवाह कायदा, आंतरजातीय विवाह कायदा, घटस्फोटाचा व वारसाहक्कांचा कायदा, देवदासी प्रथा-प्रतिबंध कायदा यांसारखे पुरोगामी कायदे तर केलेच; पण त्याहीपेक्षा अत्यंत महत्त्वाचा, कोणाच्याही ध्यानीमनी न आलेला स्त्रियांच्या संरक्षणाचा कायदा त्यांनी अमलात आणला. तो म्हणजे स्त्रियांवर अत्याचार करणाऱ्या तिच्या कुटुंबीयांच्या 'क्रूरपणाच्या वर्तनास प्रतिबंध करणारा कायदा.' अशा प्रकारचा कायदा त्या काळात अखिल हिंदुस्थानात, संस्थानी मुलखात तसेच ब्रिटिश मुलखात, कोणाही राज्यकर्त्याने केलेला नव्हता. कोणा शासकास अशा एखाद्या कायद्याची समाजाला गरज आहे,असेही वाटले नाही! शाहू महाराजांना ती गरज भासली.स्त्रियांवर प्रत्यही होणाऱ्या अत्याचारांनी या थोर महात्म्याचे हृदय कळवळले आणि मग त्यांनी आपला राजदंड अत्याचारखोरांवर उगारला. हे घडले सन १९१९ साली. पुढे आपल्या देशाला स्वातंत्र्य मिळाले. लोकशाही शासन आले, पण स्त्रियांवर अत्याचारांना प्रतिबंध करणारा कायदा करण्यास भारतीय संसदेला २००५ सालापर्यंत थांबावे लागले.२००६ साली हा कायदा अमलात आणला गेला.आज किती जणांना माहीत आहे असा कायदा शाहू छत्रपतींनी तत्पूर्वी ८५ वर्षे केला होता? असा एक अत्यंत पुरोगामी कायदा करणारा राजा महाराष्ट्रात होऊन गेला, ही आम्हा मराठी माणसांना भूषणास्पद गोष्ट आहे खरी; पण असे किती दिवस त्यांचे भूषण मानण्यात आम्ही घालवणार?

आजमितीस देशात, अनेक कुटुंबांतील असाहाय्य स्त्रिया अत्याचाराच्या वरवंट्याखाली चिरडल्या जात आहेत. अनेक जणी आत्मदहन करून स्वतःची सुटका करताहेत; तर अनेक जणींना जाळून मुक्ती दिली जात आहे. हे सर्व सुसंस्कृत समाजाला कलंकित करणारे आहे. याशिवाय स्त्रियांवर अत्याचार करण्याचे अनेक मार्ग व प्रकार असतात. त्या सर्वांचा प्रतिकार करून स्त्रियांना संरक्षण देणारा कायदा आता अस्तित्वात आला आहे, याची जाणीव स्त्रीवर्गात करण्याची नैतिक जबाबदारी सामाजिक कार्यकर्त्यांची व स्त्री संघटनांची आहे. ती त्यांनी पार पाडली तर शाहू छत्रपतींचे उत्तरदायित्व आपल्या समाजाने निभावले, असे म्हणता येईल.

याशिवाय शाहू छत्रपतींनी आपल्या कारकिर्दीत अनेक पुरोगामी

पावले उचलली. त्यामध्ये प्रामुख्याने मागासवर्गीयांसाठी सरकारी नोकरीत ५०% आरक्षण, सार्वत्रिक पाटबंधारे धोरणाचा जाहीरनामा, देशातील त्या काळचा सर्वांत मोठा राधानगरी धरणाचा प्रकल्प, शेतीतील विविध अभिनव प्रयोग, स्थानिक व्यापार व उद्योगधंदे यांना प्रोत्साहन, मोफत व सक्तीच्या प्राथमिक शिक्षणाची अंमलबजावणी, अनेक कलांना व विद्यांना राजाश्रय, हिंदू-मुस्लीम ऐक्याचा पुरस्कार अशा अनेक बाबींचा समावेश होतो. या सर्वांचा वर्तमानाच्या अनुषंगाने परामर्श घेणे विस्तारभयास्तव येथे शक्य नाही. तथापि, त्यांतील एक-दोन मुद्यांची येथे आवर्जून नोंद करावयास हवी.

त्यातील पहिला मुद्दा मोफत आणि सक्तीच्या प्राथमिक शिक्षणाचा आहे.म.फुले व राजर्षी शाहू यांनी शिक्षण ही सर्व सुधारणांची गुरुकिल्ली मानली. म्हणून फुल्यांनी सन १८६२ साली हंटर कमिशनसमोर किमान १२ वर्षांपर्यंतच्या मुलांना प्राथमिक शिक्षणाची सक्ती करावी, अशी मागणी केली होती. पुढे शाहू छत्रपतींनी आपल्या राज्यात सन १९१७ साली मोफत व सक्तीच्या प्राथमिक शिक्षणाचा कायदा अमलात आणला. जे काम महाराजांनी ९० वर्षांपूर्वी करून दाखवले ते आपण देशाला स्वातंत्र्य मिळून ६० वर्षे झाले तरी त्याची प्रभावीरीत्या अंमलबजावणी करू शकलेलो नाही. अशी अंमलबजावणी करणे, म्हणजे शाहूरायांचा जयजयकार करणे, असे आम्ही मानतो.

दुसरा मुद्दा हिंदू-मुस्लीम ऐक्याचा. १८९३ साली मुंबईत पहिली हिंदू-मुस्लीम दंगल झाली. शाहू छत्रपतींना पुढच्याच साली १८९४ मध्ये राज्याधिकार मिळाला. त्यानिमित्त पुण्यात झालेल्या सत्कार समारंभात त्यांनी हिंदू-मुस्लीम ऐक्याचा पुरस्कार केलेला दिसतो. पुढे त्यांनी आपल्या कारकिर्दीत मुस्लीम समाजाच्या उन्नतीसाठी खास पावले उचललेली दिसतात. मुस्लीम बोर्डिंगची स्थापना आणि 'कुराणा'चे मराठी भाषांतर ही त्यांपैकी काही पावले होत. हिंदू काय, मुस्लीम काय, जैन काय आपण सर्व एकाच हिंदी राष्ट्राचे घटकावयव असून समसमान अधिकार असणारी भावंडे आहोत, असा राष्ट्रीय विचार त्यांनी अनेक सभा, परिषदांमधून मांडलेला आढळतो. व्यक्तीच्या दृष्टीने धर्म ही महत्त्वाची

बाब असली तरी राष्ट्राच्या हिताच्या आड ती केव्हाही येता कामा नये, असेही त्यांनी अनेकदा बजावले आहे. शाहू छत्रपतींचे हे विचार राष्ट्र घडविणारे तसेच राष्ट्र टिकवणारे आहेत. 'प्रेमाने प्रेम वाढते, द्वेषाने द्वेष वाढतो,' असाही मानवतावादी संदेश त्यांनी आपल्या उक्ती आणि कृतीतून दिलेला आहे. आज भारतालाच नव्हे तर सर्व जगाला सर्वांत मोठा धोका धर्मांधतेतून निर्माण झालेल्या आतंकवादाचा आहे. जातिद्वेष, वर्णद्वेष, धर्मद्वेष, प्रांतद्वेष अशा अनेक द्वेषांनी भारतीय समाज ग्रस्त झालेला असताना शाहू छत्रपतींचे विचार अखिल भारतीयांना मार्गदर्शक व दिलासा देणारे ठरू शकतात. विशेषत: जातिधर्माच्या नावाने राजकारण व सत्ताकारण करणाऱ्यांचे पितळ उघडे पाडू शकतात.

अशा प्रकारे शाहू छत्रपतींचे समाजक्रांतीचे तसेच देशभक्तीचे विचार काळाच्या कसोटीस उतरलेले आढळतात. त्यांच्या हयातीत त्यांच्या विचारांची वरिष्ठ वर्गाने हेटाळणी केली तर तथाकथित विचारवंतांनी उपेक्षा केली. एवढेच नव्हे; तर सामाजिक स्वातंत्र्याचा विचार मांडणाऱ्या या विभूतीवर 'स्वजनद्रोहा'चा, 'स्वराज्यद्रोहा'चाही आरोप करण्यात या विचारवंतांना विवेक पारखा झाला. त्या काळी राजकीय स्वातंत्र्याच्या चळवळीचे धुरीणत्व करणाऱ्या थोर थोर देशभक्तांनाही सामाजिक स्वातंत्र्याची चळवळ ही राष्ट्रीय मुक्तीची चळवळ वाटत नव्हती. या त्यांच्या मानसिकतेमुळेच अस्पृश्यतेचा निषेध करणारा साधा ठरावसुद्धा काँग्रेससारख्या राष्ट्रीय संघटनेच्या व्यासपीठावर कित्येक वर्षे पास होऊ शकला नव्हता. देश पारतंत्र्यात असल्याने राजकीय स्वातंत्र्याची निकड ज्या मंडळींना अधिक वाटत होती, त्यांनी आपल्याच देशबांधवांच्या सामाजिक गुलामगिरीच्या बेड्या तोडण्यास स्वातंत्र्यदिनाच्या मुहूर्ताची वाट पाहावी, ही बाब दुर्दैवी होती.

या पार्श्वभूमीवर शाहू महाराजांच्या विचारांची उपेक्षा होणे, यात नवल नव्हते; पण आज स्वातंत्र्य मिळून ७५ वर्षे पूर्ण झाली आहेत. तरी या विचारांची अंमलबजावणी जशी व्हायला हवी तशी होत नाही, ही खरी शोकांतिका आहे. याचा असा अर्थ होतो की, उपरोक्त विचार जेवढा शे-पाऊणशे वर्षांपूर्वी सत्य आणि निकडीचा होता, तसा तो

आजही आहे. आजच्या ग्रामीण भागांतील स्त्रिया, भूमिहीन शेतकरी, मोलमजुरी करणारे कष्टकरी आणि दलित समाज यांच्या प्रश्नांकडे डोळस नजरेने पाहिल्यास या विचारांची लढाई आणखी बराच काळ करावी लागेल, या वस्तुस्थितीचे दर्शन झाल्याशिवाय राहत नाही. ही लढाई जिंकली जाईपर्यंत शाहूंचा विचार सतत प्रेरणादायी व मार्गदर्शक ठरणार आहे.

❖